ሙሴና አሥሩ መቅሠፍቶች

መሥሪያ መጽሐፍ

မူဌኋ မသꪭ ꪯ�, मᐷꪭ

မᐷᏀ አᎤꫳ መቅ꫱ꓭቶ꫷፤ መꭤꭼय መ꬇ꩇ
ከ ጁ꣱ꭤ ꭤይ꬇ ꭼ꬇꣱ꭦ꬇꣱ꭤꪭ꬇꣱ꪭ ꬇ꩇ በመꣳ꬇በꭦ የꣳ꬇ꩇ꬇꣱ꣵ

መ꬇ꓙ ꯴ꣵ የ꬇ꣳ꬇꬇በꭼ꣱ꣵ ꩇꭦꯥ መꭤꭼय መ꬇꬇꣱ የꬆꭼꭼ꬇ ꭤꭼ በꭼꣲ መ꬇ꬆꩇ ከ꯴ꬣ ꬆꭤ꬇ꭦ
꬇ꓛ ꩇ꬇ꣶꩇ፤ ꭤꬅ꯵꬇꫱ ꭤ꬇ꭦꭼ꬇꬇꬇ ꩇꭼꭼꪩꣵꣵ ከꭤꭼ ꪭꭤꭼ ꩇ꬇ꬆ ꬇ꣳ꬇በꭼ ꬆ꬇ꯥ፤ ከꭤꭼ꬇ꭤꬆꭼ
በ꬇ꬆ꬇ ꬈꯴꬇ ꭤꭼꭼ꬇꣹꫷፤ ꩇꭦ꬇ መꭤꭼय መ꬇꬇꣱ በ꬇ꭤ ꭤꭼ꬇
በ꯴꬈ꯥ ꬆꭤꣳ꬇ ꭤꭼ꬇ ꬆꭤ꬇ꬆꣳ ꭤꭼꬉꭼ꬇꫱꬇ꣵꣵ

꬇꣹꬇ ꬑꬌ꣱ꣳ ꭤꬍꬒ꬇꫷ꭦ የBPA ꭤꣳꬆ ꩇ꣱ꬅ ꬆꭼ꬇ꣳꭦ ꩇꣲꣵꣵ

ISBN: 978-1-989961-90-2

꬈ꭦꭤꭦ - ꭦꬅ꬇ መꭤꭦꭤꓭ ꭰ꬇ꭨ ꭦꣲꬅ
ꬌꣵꭦ꬈ꣳꭦ - ꭦꬅ꬇ መꭤꭦꭤꓭ ከꭦ꬇ꭦ ꭦꣲꬅ

ከꭤꭦ የꬆꣲꬅꭦꬆ꬇ ꬋꬒꓭ ꬍꬅꭦ መ꬇꬇꣱ ꭰꬍꭦ ꬆꭤꬍ꬏꬐ꓭꩇ፤ መꭤꭼय ꬋꬒꓭꩇ፤ ꬍꬆꬄꬣ
መꬆꯥꓭꩇ꬇ ꬌꭤꬒꓭ ꩇꬋꭦꓭ በꣳመꭤꭦꣳ ꭩ꬐ꣳ ꭨꭤꭼ ꬎ꬇꣱ꭩꬣꓭ꬇ꩇ ꭦꮔ꬇ꬆ

www.biblepathwayadventures.com

www.jewishvoice.org

መግቢያ

‹‹ልጅን የሚሄድበትን መንገድ አስተምረው፤ በሚሸምግልበት ጊዜ ከዚያ ፈቀቅ አይልም።››
(ምሳሌ 22፥6)

ጁዊሽ ቮይስ ኢንተርናሽናል በዓለም ዙሪያ ላሉ ልጆች ዜሕራ ሕፃናት በተሰኘ የትምህርት ፕሮግራም መጽሐፍ ቅዱስ ማጥኛ ለማዘጋጀት ከባይብል ፓዝዌይ አድቬንቸር ጋር ይሠራል፡፡ ይህ መሥሪያ መጽሐፍ በሰማያዊ ጥሪ እና ዓላማ ያድጉ ዘንድ ትውልድ እንዲባረክበት እንጸልያለን።

ባይብል ፓዝዌይ አድቬንቸር አዝናኝ በሆነና ፈጠራ በታከለበት መንገድ ለልጆች መጽሐፍ ቅዱሳዊ እምነት እንዲያስተምሩ መምህራንን ይረዳል። ይህንንም የምናደርገው www.biblepathwayadventures.com በተሰኘው ዌብሳይታችን ውስጥ በሚገኘው ስዕላዊ የታሪክ መጻሕፍት፣ መሥሪያ መጻሕፍት እና በሌሎች ሕትመት ውጤቶች አማካይነት ነው።

ZEHRA kids

⬦ ማውጫ ⬦

Jewish Voice Ministries International

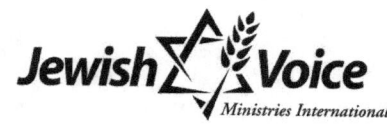

Jewish Voice Ministries International

ይህ መጽሐፍ ንብረቱ

....

ስዕሉን ሳል

Jewish Voice Ministries International

ትምህርት 1 | የትምህርቱ ዕቅድ

ሙሴና ልዕልቷ

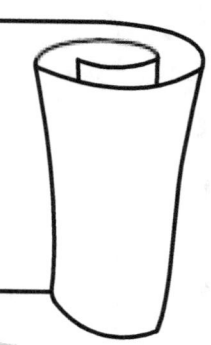

አስተማሪው :- ______________________

የዛሬው መጽሐፍ ቅዱስ ምንባብ፡- ዘፀአት 2፥1-10

የእንኳን መጣችሁ ጸሎት፡-
ትምህርቱን ከመጀመርህ በፊት ከልጆቹ ጋር አጭር ጸሎት አድርግ።

የትምህርቱ ግቦች፡-

በዚህ ትምህርት ልጆቹ፡-

1. ፈርዖን ዕብራውያን ወንዶች ልጆችን መግደል የፈለገበትን ምክንያት
2. የሙሴ እናት እንዴት ወንድ ልጇን እንዳዳነች ይማራሉ

ይህን ታውቃላችሁ?

ከውሃ የተወሰደ በመሆኑ ሙሴ የሚለው ስም፣ ‹‹ከባሕር የወጣ›› ማለት ነው (ዘፀአት 2፥10)።

የመጽሐፍ ቅዱስ ትምህርት ዳሰሳ፡-

ከብዙ ጊዜ በፊት በግብፅ ሙሴ የሚባል ለየት ያለ ልጅ ተወልዶ ነበር። ከሌዊ ነገድ የሆነ ዕብራዊ ነበር። ግን አንድ ችግር ነበር። ፈርዖን (የግብፅ ንጉሥ) ዕብራውያንን አይወድም። ‹‹ዕብራውያን ወንዶች ልጆችን ሁሉ ግደሉ!›› አለ። ‹‹ሴቶቹን ግን በሕይወት ተውዋቸው።›› ከግብፃውያን ይልቅ ዕብራውያን በዝተው ነበር፤ አንድ ቀን ዕብራውያን ወንዶች ልጆች አድገው ከጠላት ጋር እንዳይተባበሩ ፈርዖን ፈራ። ሙሴን ከፈርዖን ለመደበቅ እናቱ በቅርጫት አድርጋ ዐባይ ወንዝ ዳር አደረገችው። የሙሴ እህት እርሱ ደሳና መሆኑን እያየች ነበር። በዚያው ቀን በኋላ ላይ፣ የንጉሡ ልጅ (ልዕልቷ) ገላዋን ለመታጠብ ወደ ወንዝ መጣች። እዚያ ሙሴን አገኘች። ‹‹ይህ ከዕብራውያን ልጆች አንዱ መሆን አለበት›› አለች። እንድታሳድገው የሙሴን እናት ጠየቀቻት። ሙሴ ካደገ በኋላ ከልዕልቷ ጋር ለመኖር ወደ ቤተ መንግሥት ሄደ።

ትምህርቱን እንከልስ፡-

ለተማሪዎቹ ጥያቄዎች፡-

1. ሙሴ ከየትኛው የእስራኤል ነገድ ነበር?
2. ፈርዖን ዕብራውያን ወንዶች ልጆችን መግደል የፈለገው ለምን ነበር?
3. የሙሴ እናት ከፈርዖን የደበቀችው እንዴት ነበር?
4. ሙሴ ደኅና መሆኑን እየተከታተለ የነበረው ማን ነበር?
5. ልዕልቷ ሙሴን ዕብራዊት ሴት እንድታሳድገው የጠየቀችው ለምን ነበር?

የእግዚአብሔርን ቃል እንዲያስታውሱ ልጆችን ለመርዳት በቃል የሚያዝ ጥቅስ፡-

‹‹ሙሴ ከተወለደ በኋላ ወላጆቹ... በእምነት ሦስት ወር ሸሸጉት፡፡›› (ዕብራውያን 11፡23)

የሚደረጉ ነገሮች፡-

አጭር የመጽሐፍ ቅዱስ ጥያቄ፡- ሙሴና ልዕልቷ
ከለር የሚቀባ፡- ሙሴና ልዕልቷ
የመጽሐፍ ቅዱስ ቃል መገጣጠም፡- ሙሴን ያሳደገው ማን ነበር?
መሥሪያ ገጽ ዕብራውያን ባርያዎች
ጥናታዊ መሥሪያ ገጽ፡- የጌሤም ምድር
ዕብራይስጥ እንማር፡- ሙሴ
መሥሪያ ገጽ፡- ሕፃኑ ሙሴ
መልስ መስጠት፤ ከለር መቀባት፡- ዕብራውያን ባርያዎች ናቸው
የመጽሐፍ ቅዱስ ጥቅስ ማዛመድ
የካርታ ሥራ፡- ግብፅ የት ነው የሚገኘው?
ከለር መቀባት፡- ፈርዖን
መሥሪያ ገጽ፡- የግብፃውያን ዘመን

የመዝጊያ ጸሎት

በአጭር ጸሎት ትምህርቱን አብቃ፡፡

ሙሴና ልዕልቷ

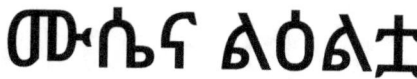

ዘፀአት 1፥8-2፥10 አንብቡ።
ታች ያሉትን ጥያቄዎች መልሱ።

1. ሙሴ ከየትኛው የእስራኤል ነገድ ነበር? ....
2. የሙሴ ወላጆች እርሱን ከፈርዖን የደበቁት ምን ያህል ጊዜ ነበር? ....
3. የሙሴ እናት ምን ዐይነት ዕቃ ውስጥ ነበር ያኖረችው? ....
4. የሙሴ እናት ቅርጫቱን የት ነበር ያደረገችው? ....
5. የፈርዖን ልጅ ሙሴን ስታየው ምን ነበር ያለችው? ....
6. ሕፃኑ ሙሴን ለማሳደግ የሙሴ እኅት ማንን አመጣች? ....
7. ሙሴ ባደገ ጊዜ እናቱ ምን ነበር ያደረገችው? ....
8. ፈርዖን ልጅ ለሕፃኑ የሰጠችው ስም ምን ነበር? ....
9. የፈርዖን ልጅ ያንን ስም የሰጠችው ለምንድነው? ....
10. ይህ ታሪክ የሆነው የት አገር ነው? ....

«ይህ ከዕብራውያን ሕፃናት አንዱ መሆን አለበት»

(ዘፀአት 2፥6)

www.biblepathwayadventures.com
ሙሴና አሥሩ መቅሠፍቶች፤ መሥሪያ መጽሐፍ

እንደ ራሷ ልጅ አድርጋ ሙሴን ያሳደገችው ማን ናት?

መልሱን ለማግኘት ቃላቱን ገጣጥሙ። ፍንጭ እንዲሆናችሁ ዘፀአት 2፥10 አንብቡ።

ሕኑፃም ገባደ ዜገ

____

ዖንርፈ ልጅ ውቸአመጣ

____

ጂምል ነሆ።

____

ባርያዎች በግብፅ አገር

የሀብታም ግብፃውያን ባርያዎች መልካም አያያዝ ይደረግላቸው ነበር፡ ፡ የፈርዖን ባርያዎች ደግሞ የበለጠ አያያዝ ነበራቸው፡ ፡ አብዛኛውን ጊዜ ከገበሬዎች ይልቅ ባርያዎች መልካም አያያዝ ይደረግላቸው ነበር።

ባርያው አንድ ዐይነት ሙያ ወይም ሥራ እንዲማር ጌቶቻቸው የማስገደድ መብት ነበራቸው።

ብዙዎቹ የጥንት ግብፃውያን ባርያዎች ልጆች ነበሩ። አንዳንድ ልጆች በባርያ ቤተ ሰብ ውስጥ የተወለዱ ሲሆን፣ አንዳንዴ ዕዳ ለመክፈል ወላጆች ልጆቻቸውን ለባርነት መሸጥ ይችሉ ነበር።

የግብፅ ባርያዎች በተለይም፣ በአዲሱ መንግሥት ዘመን የነበሩት፣ ከሌሎች አገሮች የመጡ ነበሩ፡ ፡ በዚያ ዘመን የባርያዎች ቁጥር በጣም ከፍ ያለው ከወታደራዊ ዘመቻና ከጐረቤት አገሮች ወረራ የተነሣ ነበር።

የጥንት ግብፃውያን ባርያዎች በግብርና፣ በአትክልተኝነት፣ በቤት ሠራተኝነትና በድንጋይ ጠራቢነት ያገለግሉ ነበር። አንዳንድ ባርያዎች በጸሐፊነትና በሒሳብ ሠራተኛነት ለአገልግሎታቸው ደመወዝ ይከፈላቸው ነበር።

የጌሤም ምድር

የጌሣም ምድር በግብፅ አገር የዐባይ ወንዝ ዴልል አካባቢ ነበር የሚገኘው፣ የዮሴፍ ቤተ ሰቦች በከነዓን ከነበረው ራብ ሸሽተው ወደ ግብፅ መጥተው በነበረ ጊዜ፣ ጌሤም በሚባል አካባቢ ነበር የሰፈሩት። ዕብራውያን ግብፅ ውስጥ ወይም በጌሤም ምድር ለመኖራቸው ማስረጃ ይኖራልን?

በ1966 የታሪክ ቁፋሮ ተመራማሪዎች (archaeologists) የዐባይን ዴልል አካባቢ ፍርስራሽ ሲቆፍሩ ‹‹ኤሺያቲክ›› የሚባል ሕዝብ እዚያ ሰፍሮ እንደ ነበር አረጋግጠዋል፤ ይህ ግብፃውያን ለከነዓን ሰዎች (የዕብራውያን መኖሪያ አገር) የሚሰጡት ስም ነበር። ለመሆኑ ምን ነበር ያገኙት? ፍርስራሾቹ በጣም ጠባብ መንገዶችና መተላለፊያዎች እንዲሁም ከሸክላ የተሠሩ ቤቶች የነበሩት ብዙ ሕዝብ ይኖርበት የነበረ ከተማ አሳይተዋል። ወለሎቹ ‹‹ሀ›› ቅርጽ የነበራቸው ሲሆኑ፣ ግድግዳዎቹም በኋላ ዕብራውያን በእስራኤል ምድር ይሠሯቸው ከነበሩት ጋር በጣም ተመሳሳይ ነበሩ፤ በከነዓን ምድር ከሚጠቀሙባቸው ጋር የሚመሳሰሉ የሸክላ ሥራዎችና የጦር መሣሪያዎችም አግኝተዋል። አብዛኞቹ መቃብሮች ከሃያ እስከ ሰላሣ እጅ ከሆኑት መደበኛ መቃብሮች ጋር ሲነጻጸሩ 65% የሚሆኑት ከዐሥራ ስምንት ወሮች በታች የነበሩ ሕፃናት መቃብሮች ነበሩ። አርኬዎሎጂስቶች ከወንዶች ይበልጥ የትልልቅ ሴቶች መቃብሮች ማግኘታቸው፤ ወንዶቹ በልጅነታቸው ከመገደላቸው የተነሣ ሊሆን ይችላል።

ዕብራዊውን ከለር ቀቡ!

ዕብራውያን በግብፅ እንደ ነበሩ የሚያሳይ አርኬዎሎጅስቶች ምን ነበር ያገኙት?

....

እናንተስ ምን ታስባላችሁ? መጽሐፍ ቅዱስ እንደሚናገረው ዕብራውያን በግብፅ ምድር እየኖሩ ነበርን?

....

ሕፃኑ ሙሴ

ለሕፃኑ ሙሴ የቅርጫት ንድፍ ሳሉ።

የፈርዖን ሴት ልጅ እንደ ነበራችሁ አስቡ። ሙሴን ባገኛችሁበት ቀን የሆነውን የሚያመለክት ማስታወሻ ጻፉ።

የግብፅ ምድርን ካርታ ሳሉ።

የሙሴ የቄጤማ ቅርጫት መገኘት ታሪክ መጽሐፍ ቢሆን ኖሮ ሽፋኑ... የተሰኘ ርዕስ ይኖረው ነበር።

Jewish Voice Ministries International

ሞሼ

በዕብራይስጥ የሙሴ ስም ሞሼ ነው የሚባለው፤ ሙሴ ከአሥራ ሁለቱ የእስራኤል ነገዶች አንዱ ከነበረው ከሌዊ ነገድ የተገኘ ዕብራዊ ነበር። የሙሴ እናት ከቀጤማ የተሠራ ቅርጫት ውስጥ አኖረችው፤ ከዚያም ወንዙ ዳር በነበሩ ሸንበቆዎች መካከል አደረገችው። እዚያ የፈርዖን ልጅ አገኘችው፤ እንደ ራሷ ልጅ አድርጋ አሳደገችው።

ሞሼ

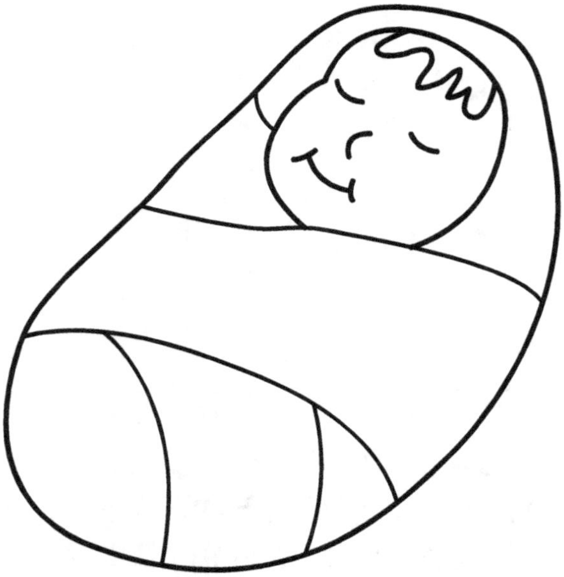

מֹשֶׁה

ሙሴ

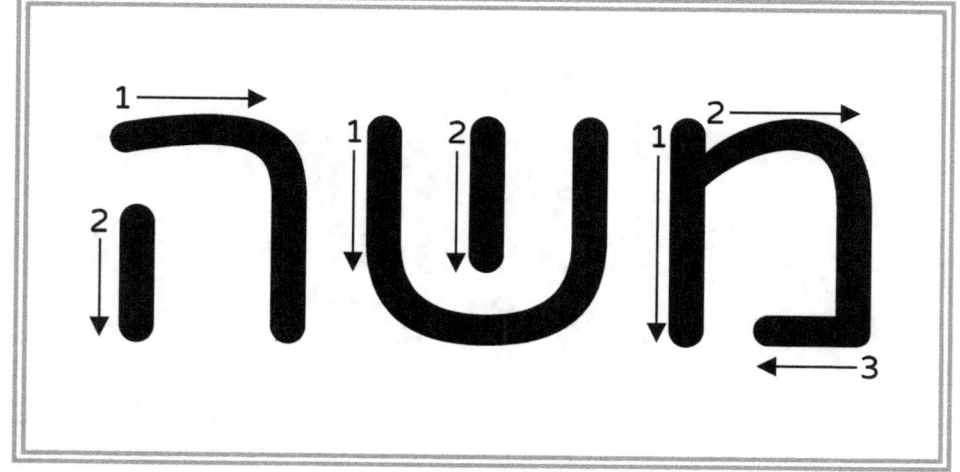

Jewish Voice Ministries International

እንጻፍ!

ከታች ባሉት መስመሮች የሙሴን ዕብራይስጥ ስም መጻፍ ተለማመዱ።

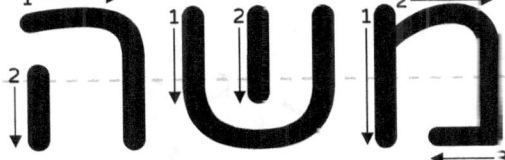

משה

משה

ይህን በራሳችሁ ሞክሩ፤ ዕብራይስጥ
የሚጻፈው ከቀኝ ወደ ግራ መሆኑን አስታውሱ።

ዕብራውያን ባርያዎች ናቸው

መጽሐፍ ቅዱሳችሁን ዘፀአት 1፥1-22 ላይ ግለጡ። ለጥያቄዎች
መልስ ስጡ። ስዕሎቹን ከለር ቀቡ።

1. አዲሱ ፈርዖን ዕብራውያንን በተመለከተ ፍርሃት ያደረበት ለምንድነው? (ቁጥር 10)

....

....

....

....

2. ግብፃውያን ዕብራውያን ምን እንዲሠሩ አደረጓቸው? (ቁጥር 11)

....

....

....

....

3. እያንዳንዱ ዕብራዊ ወንድ ልጅ ሲወለድ ምን እንዲያደርጉ ነበር ፈርዖን ለአዋላጆቹ የነገራቸው? (ቁጥር 16)

....

....

....

....

Jewish Voice Ministries International

ግብፅ የት ነው የሚገኘው?

ከታች ያሉትን መመሪያዎች ተከተሉ፤ ከዚያም አፍሪካ ካርታ ላይ ግብፅ ያለችበት ቦታ ላይ ምልክት አድርጉ። መልሶቹን ለማግኘት የካርታዎች መጽሐፍ ወይም ኢንተርኔት ያስፈልጋችሁ ይሆናል!

የግብፅን ንጉሥ
ከለር ቀቡ!

- ☐ የግብፅን ምድር ፈልጋችሁ ምልክት አድርጉ
- ☐ ቀይ ባሕርን ፈልጋችሁ ምልክት አድርጉ
- ☐ የዐባይን ወንዝ ሳሉ

በግብፅ የነበሩ አራት መጽሐፍ ቅዱሳዊ ገጸ ባሕርያት ስም አቅርቡ፡-

.... , ... , ... , ...

ፈርዖን

ፈርዖን የግብፅ ንጉሥ ነበር። የኮብራ ምስል ሴት ጣዖት ያለበት አክሊል ያደርግ ነበር። ይህን አክሊል እንዲያደርግ የሚፈቀድለት ፈርዖን ብቻ ነበር። ይህቺ ጣዖት ጠላቶቹ ላይ እሳት በመትፋት ፈርዖንን እንደምትጠብቅ አፈ ታሪክ ይናገረል። በመስታወት ምስል ግራ ጐን የሆነውን የፈርዖን ቀኝ ጐን ሳሉ።

Jewish Voice Ministries International

የዘፀአት መጽሐፍ

የግብፃውያን ዘመን

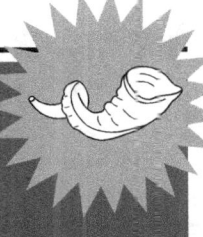

ዘፀአት 1-2 | የግብፅ ምድር | የመጽሐፍ ቅዱስ ታሪክ ሕትመት

ልዕልቷ ሕፃን አገኘች!

....

....

....

....

....

....

የአዋላጆች እጥረት

ፈርዖን አዲስ ከተማ ሠራ

....

....

....

....

Jewish Voice Ministries International

ትምህርት 2 | የትምህርቱ ዕቅድ

እየነደደ የነበረው ቁጥቋጦ

አስተማሪው :- ______________________________

የዛሬው መጽሐፍ ቅዱስ ምንባብ፡- ዘፀአት 2፡11-4፡20

የእንኳን መጣችሁ ጸሎት፡-
ትምህርቱን ከመጀመርህ በፊት ከልጆቹ ጋር አጭር ጸሎት አድርግ።

የትምህርቱ ግቦች፡-
በዚህ ትምህርት ልጆቹ፡-
1. ሙሴ ወደ ምድያም ምድር የሸሸው ለምን እንደ ነበር
2. እስራኤላውያንን ከግብፅ ባርነት ነጻ ለማውጣት እግዚአብሔር ስለ ነበረው ዕቅድ ይማራሉ።

ይህን ታውቃላችሁ?
ሙሴ ለአርባ ዓመት በምድያም ምድር እረኛ ነበር።

የመጽሐፍ ቅዱስ ትምህርት ዳሰሳ፡-
ሙሴ በግብፅ ሳለ አንድ ግብፃዊ ሰው ገድሎ ነበር። ፈርዖን በጣም ተቈጣ! ስለዚህ ሙሴ አረቢያ ውስጥ ወዳለው ምድያም ወደሚባል ምድር ሸሸ። ዮቶር ከሚባል ካህን ጋር ተገናኘ፤ ሲፓራ የምትባል ልጁን አገባ። ሙሴ በየቀኑ ሲና ተራራ አካባቢ ያለው ቦታ ላይ መንጐቹን ያሰማራ ነበር። አንድ ቀን እየነደደ ቢሆንም፣ እየተቃጠለ ባልነበረ ቁጥቋጦ ውስጥ እግዚአብሔር ለሙሴ ተናገረው። ‹‹ወደ ግብፅ ተመልሰህ እስራኤላውያንን ነጻ አውጣ!›› ሙሴ ግን ፈራ። ‹‹ጥሩ ተናጋሪ አይደለሁም፤ ፈርዖን አይሰማኝም›› አለ። እግዚአብሔርም፣ ‹‹ለዚያ አታስብ፤ እኔ ያለሁና የምኖር ነኝ፤ እኔ ከአንተ ጋር እሆናለሁ፤ ንጉሡ ይለቃችኋል›› አለው። ሙሴን ለመርዳት እግዚአብሔር ምልክቶችና ድንቆች የሚያደርግበትን በትርና ለፈርዖን እንዲናገር ወንድሙ አሮንን ሰጠው። ሙሴ ለእግዚአብሔር ታዘዘ፤ ሻንጣውን ይዞ ወደ ግብፅ ለመሄድ ተነሣ።

ትምህርቱን እንከልስ፡-

ለተማሪዎቹ ጥያቄዎች፡-

1. ሙሴ ወደ ምድያም ምድር የሸሸው ለምንድነው?
2. በምድያም ምድር ሲኖር የሙሴ ሥራ ምን ነበር?
3. ሙሴ ያየው ቁጥቋጦ እንግዳ ነገር ምን ነበር?
4. ጫማውን እንዲያወልቅ እግዚአብሔር ለሙሴ የነገረው ለምንድነው?
5. እግዚአብሔር ለሙሴ ምን መመሪያዎች ሰጠው?

የእግዚአብሔርን ቃል እንዲያስታውሱ ልጆችን ለመርዳት በቃል የሚያዝ ጥቅስ፡-

‹‹እኔ የአባቶችህ የአብርሃም፣ የይስሐቅ፣ የያዕቆብ አምላክ ነኝ፡፡›› (ዘፀአት 3፡6)

የሚደረጉ ነገሮች፡-

አጭር የመጽሐፍ ቅዱስ ጥያቄዎች፡- ሙሴ ወደ ምድያም ሸሸ
ጠመዝማዛው፡- ከግብፅ ሸሽት!
መሥሪያ ገጽ፡- ሙሴ ወደ ምድያም ሸሸ
የካርታ ሥራ፡- ሙሴ ወደ ምድያም ሄደ
ጥናታዊ መሥሪያ ገጽ፡- ሕይወት በምድረ በዳ
ስዕሉን መጨረስ፡- ሕይወት በምድረ በዳ
መሥሪያ ገጽ፡- ሙሴ እረኛ ነበር
የመጽሐፍ ቅዱስ ሥራ፡- የሲና ተራራ
መሥሪያ ገጽ፡- ይህን ታውቃላችሁ?
ከለር መቀባት፡- እየነደደ የነበረው ቁጥቋጦ
መሥሪያ ገጽ፡- ቃሉ ምን ይላል?
እንጻፍ፡- አንድ ቀን በሙሴ ሕይወት
ከለር መቀባት፡- እየነደደ የነበረው ቁጥቋጦ

የመዝጊያ ጸሎት

በአጭር ጸሎት ትምህርቱን አብቃ፡፡

ሙሴ ወደ ምድያም ሸሸ

ዘፀአት 2፥11-3፥1 አንብቡ።
ከታች ላሉት መልስ ስጡ።

1. ሙሴ አንድ ግብፃዊ የገደለው ለምንድነው? ....
2. ሙሴ አንድ ግብፃዊ መግደሉን ሲሰማ ፈርዖን የሰጠው ምላሽ ምን ነበር? ....
3. ሙሴ የሸሸው ወደ የትኛው ምድር ነበር? ....
4. ሙሴ ከዮቶር ልጅ ጋር የተገናኘው የት ነበር? ....
5. እረኞቹን ከውሃው ጉድጓድ ያባረረው ማን ነበር? ....
6. ሙሴ ሴቶች ልጆቹን እንደረዳቸው ሲሰማ ራጉኤል (ዮቶር) የሰጠው ምላሽ ምን ነበር? ....
7. ሙሴ ማንን አገባ? ....
8. የመጀመሪያው የሙሴ ልጅ ስም ማን ነበር? ....
9. የራጉኤል (ዮቶር) ሥራ ምን ነበር? ....
10. በምድረ በዳ ሲኖር ሙሴ ምን ነበር የሚያደርገው? ....

ከግብፅ ሸሸት!

ሙሴ ግብፃዊ ሰው መግደሉን ፈርዖን ሲሰማ፣ እርሱን መግደል ፈለገ (ዘፀአት 2፥15)።
ሙሴ ወደ ምድያም ምድር እንዲሸሽ እርዱት።

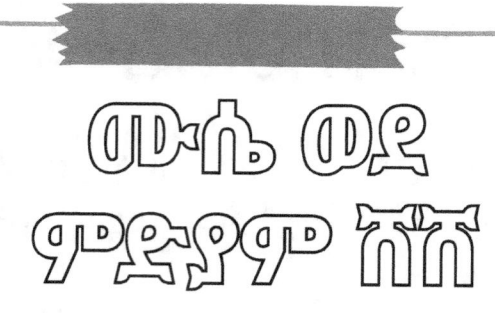

Jewish Voice Ministries International

ሙሴ ወደ ምድያም ሸሸ

ግብፃዊውን በመግደሉ ፈርዖን ሙሴን መግደል ፈለገ። ስለዚህ ሙሴ ወደ ምድያም ምድር ሸሸ። ምን ምን ነገሮች ይዞ እንደሄደ ታስባላችሁ? ከታች ባለው ሻንጣ ሙሴ ይዞ እንደሄደ የምታስቡትን ነገሮች ዘርዝሩ። አስተሳሰባችሁን ተጠቀሙ?

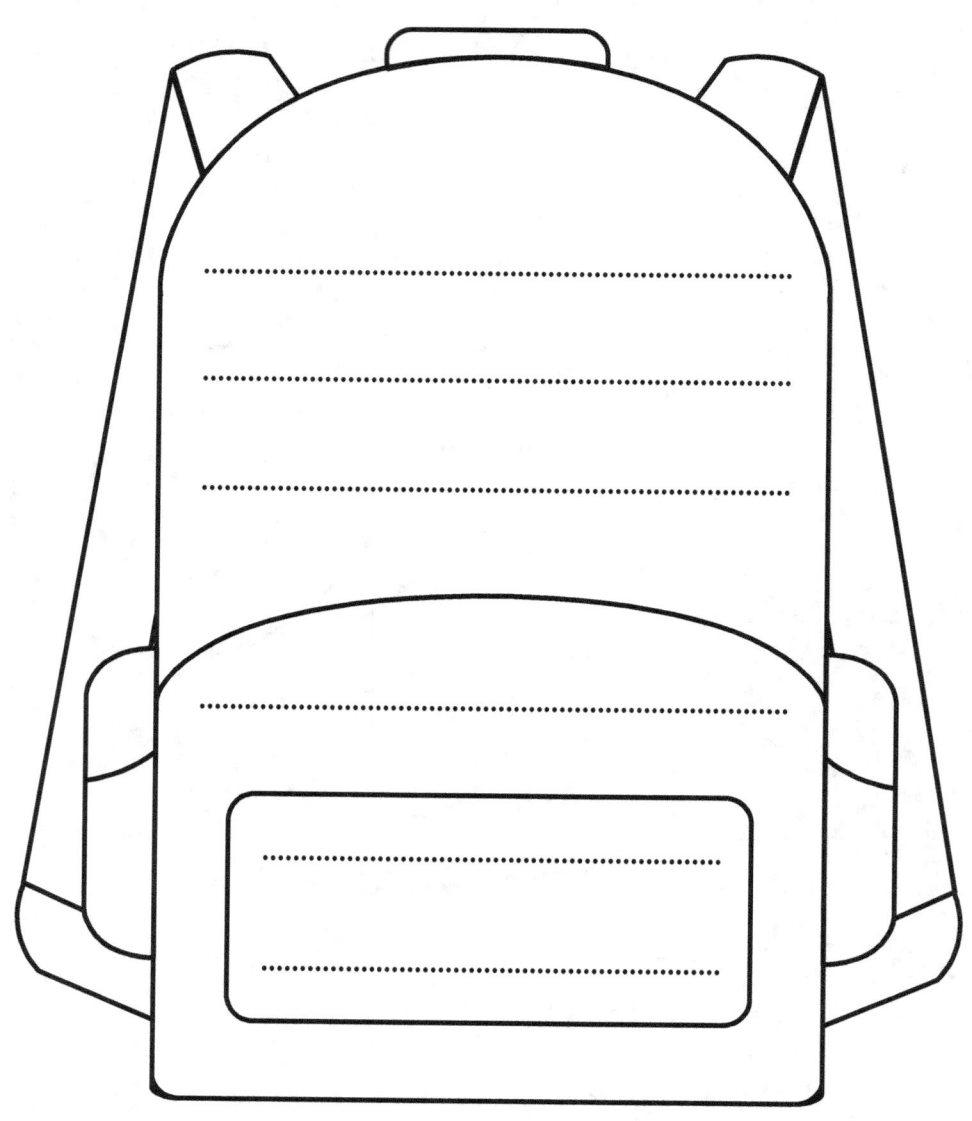

ሙሴ ወደ ምድያም ሄደ

ሙሴ በምድያም ምድር ሲኖር በኮሬብ ማለት በእግዚአብሔር ተራራ አካባቢ (የሲና ተራራም ይባላል) የዮቶርን በጐችና ፍየሎች ያሰማራ ነበር። የምድያም ምድር የሚገኘው የት ነው? የሲና ተራራ የሚገኘው የት ነው? ሐዋርያው ጳውሎስ ተራራው የሚገኘው በአረቢያ መሆኑን ያውቃል (ገላትያ 4፥25)። ከታች ባለው ካርታ ከግብፅ ምድር ወደ ምድያም ምድር ሙሴ ያደረገውን ጉዞ ሳሉ።

ም
ም
ታላቁ ባሕር
ግብፅ
ምድያም
ሲና ተራራ
አረቢያ
ቀይ ባሕር

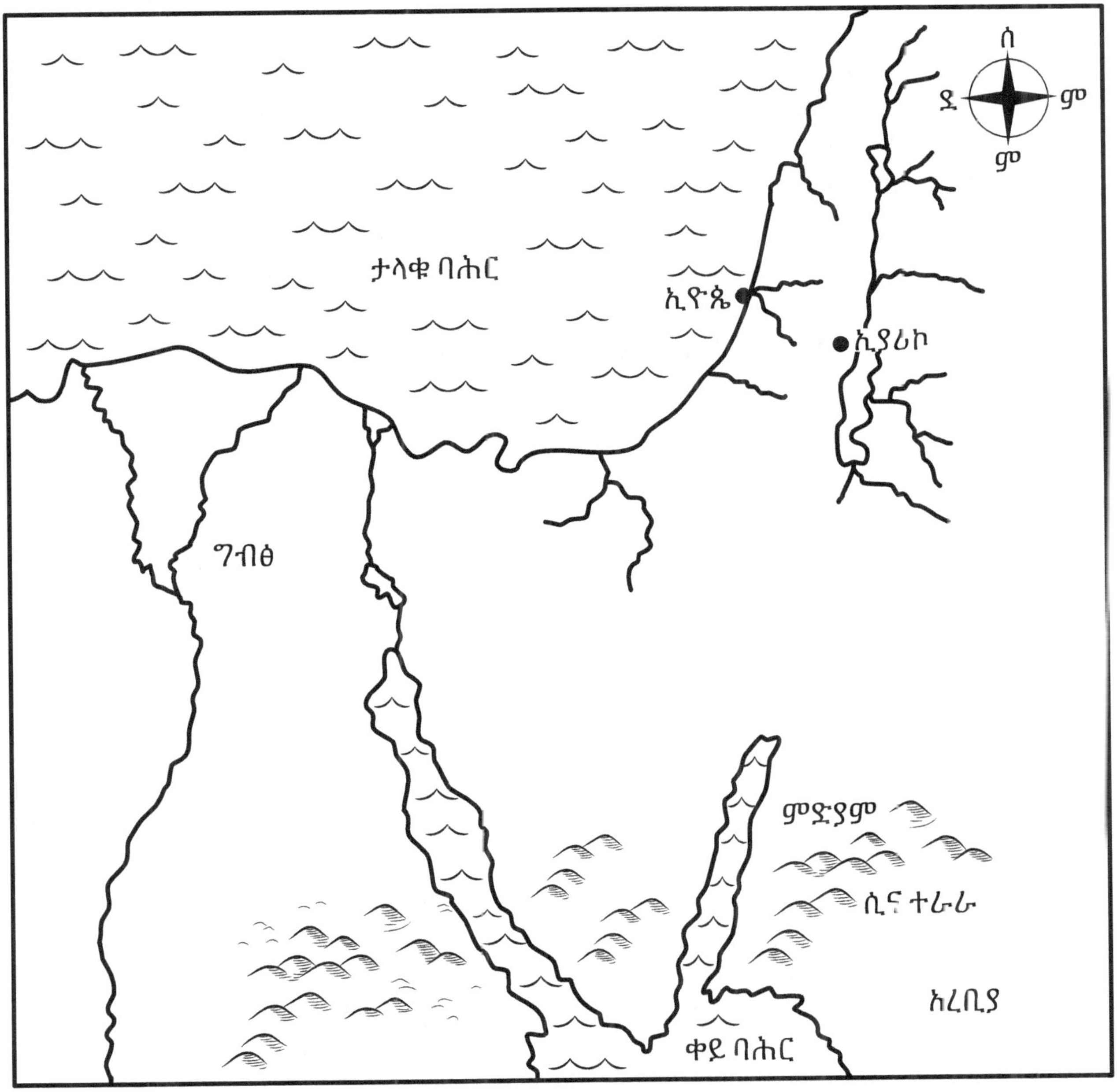

ሕይወት በምድረ በዳ

በምድረ በዳ ሕይወት ከባድ ነው፤ የራሱ እንግዳ አቀባበል ሥርዐት አለው፡፡ እንደ ሙሴ ያለ መንገደኛ በውሃ፣ በምግብና በመጠለያ ዕጦት ይሞት ነበር፤ ከዚህ የተነሣ ጠላት እንኳ ቢሆን፣ ለሦስት ቀን መስተንግዶ ይደረግለት ነበር፡፡ አስተናጋጁ አንድ ቀን ራሱን በእንግድነት ቦታ ሊያገኘው ይችላል፤ ስለሆነም በፈቃደኝነት መስተንግዶና ጥበቃ ያደርጋል፡፡ ምድያማውያን የሚኖሩት በድንኳን ሲሆን፣ ብዙውን ጊዜ ድንኳኖቹ ከጥቁር ወይም ቡናማ የበግ ጠጕር እንዲሁም የፍየል ጠጕር ነበር የሚሠሩት፤ እነዚህ በአንድነት ተሰፍተው ጣራና ግድግዳ ይሆናሉ፡፡ ግልጽ የሆነው ክፍል ከነፋሱ ዘወር እንዲል ይደረጋል፤ ብዙውን ጊዜ ውስጡ በመጋረጃዎች ለሦስት ይከፈላል፤ የወንዶች ክፍል፣ የቤተ ሰብ ክፍል እና ወጥ ቤት ይለያል፣ ወለሉ በምንጣፍ ይሸፈናል፤ የባለቤቱ የጦር መሣሪያዎች ወንዶች ክፍል ያለው የድንኳን ምሰሶ ላይ ይሰቀላሉ፡፡

ድንኳኖቹ በቀላሉ የሚተከሉና የሚነቀሉ፣ ቀላልና ለጥገና የማያስቸግሩ፣ አየር የሚያስገቡ፣ ከፀሐይና ከብርድ መከላከል የሚችሉ፣ መሆን ነበረባቸው፡፡ የነገዶቹ መሪዎች፣ ከጥቂት ቤተ ሰቦች ይመረጣሉ፡፡ ነገድን መሠረት ያደረገ ማኅበረ ሰብ በመሠረቱ ዲሞክራሲያዊ በመሆኑ፣ ባለ ሥልጣኖች ከነገዶቻቸው ነው የሚወጡት፤ በማንኛውም ጊዜ የመቃወም ነጻነት ነበራቸው፡፡

ከላይ ካለው ገለጻ አንድ የምድያም ድንኳን ሳሉ፡፡

የምድያም ካህን ዮቶርን ከለር ቀቡ!

ሕይወት በምድረ በዳ

ሙሴ ግብፃዊውን ከገደለ በኋላ ወደ ምድያም ምድር ሸሸ። እዚያ ዮቶር የሚሉት ምድያማዊ ካህን አገኘ፣ ሲፓራ የምትባል ልጁን አገባ፤ ጌርሳም እና አልዓዛር የሚባሉ ሁለት ወንዶች ልጆች ነበሩዋቸው (ዘፀአት 18፡3)። ሙሴ ከአዲሱ ቤተ ሰብ ጋር ለአርባ ዓመት በምድረ በዳ ኖረ። ስዕሉን ለመሟላት ሙሴና ቤተ ሰቡን ሣሉ።

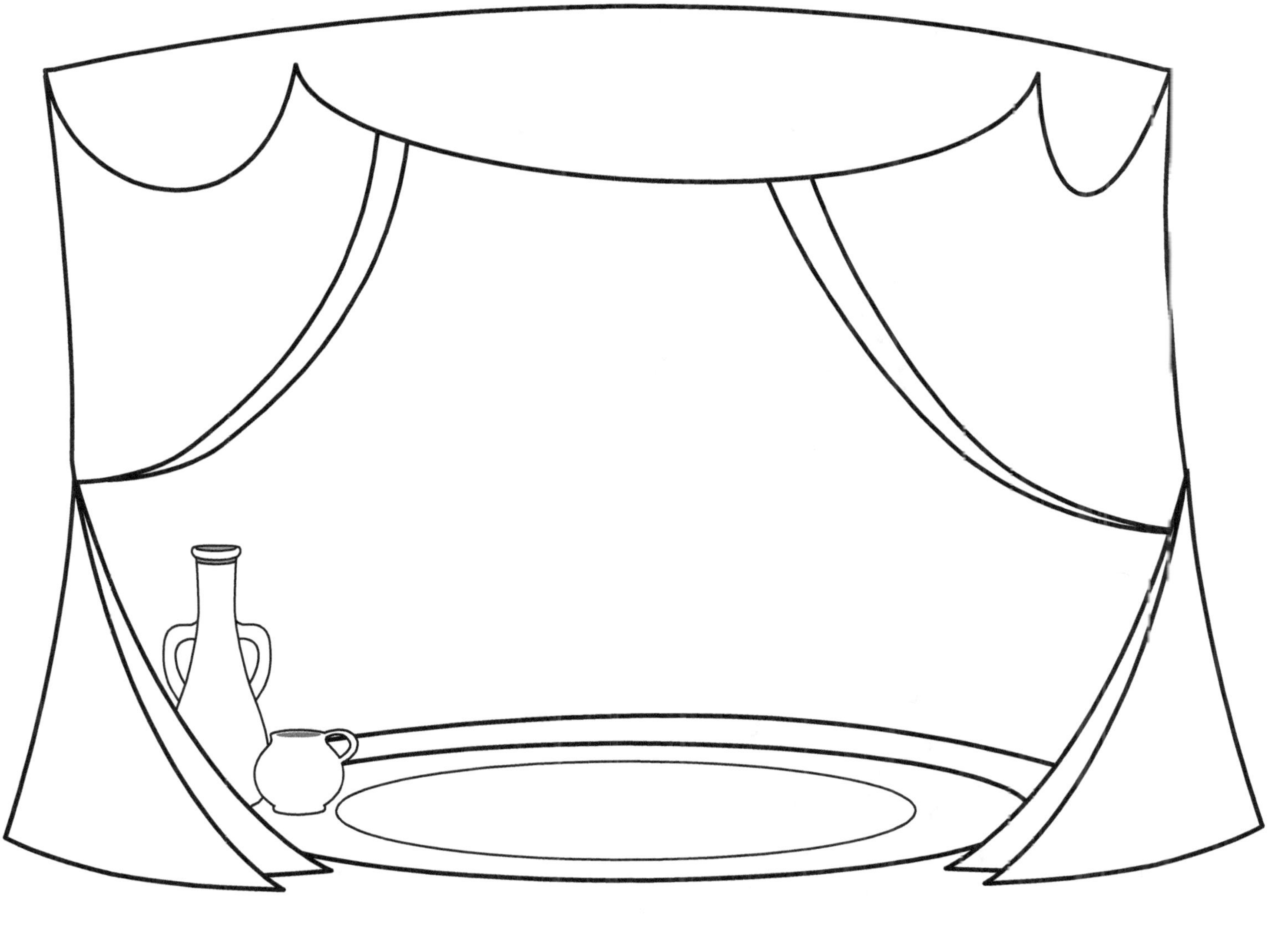

ሙሴ እረኛ ነበረ

ሙሴ በምድያም ምድር እየኖረ ሳለ፣ ሥራው እረኝነት ነበር። በየቀኑ የዮቶርን በጐች ይጠብቅ ነበር። የእርሱ ሥራ የበጐቹን ደኅንነት መጠበቅና ተኩላ ወይም ሌላ የዱር አውሬ እንዳይበላቸው መከላከል ነበር። በእግዚአብሔር መመሪያ መሠረት (ዘሌዋውያን 11) በጐች ንጹሕ እንስሳት ናቸው፤ ይህም ልንበላቸው እንችላለን ማለት ነው። አንዳንድ ጥናት አድርገህ የበጐችን አካል ክፍል ለጥፍ። ከታች ባሉት መስመሮች ስለ በጐች ሦስት እውነቶችን ጻፍ። በጉን ከለር ቀባ።

1. ጆሮ	3. አፍንጫ	5. እግር
2. ዐይን	4. አፍ	6. ሰኮና

ስለ በጐች 3 እውነቶች!

....

....

....

Jewish Voice Ministries International

ይህን ታውቃላችሁ?

ሙሴ ግብፃዊውን ከገደለ በኋላ ወደ ምድያም ምድር ሸሸ። እዚያ ዮቶር የሚሉት ምድያማዊ ካህን አገኘ፤ ሲፓራ የምትባል ልጁን አገባ። ጌርሴም እና አልዓዛር የሚባሉ ሁለት ወንዶች ልጆች ወለዱ (ዘፀአት 18፡3)። ለአርባ ዓመት ሙሴ ከቤተ ሰቡ ጋር በምድረ በዳ ኖረ። ሲና ተራራ አጠገብ ለአማቱ ለዮቶር መንጋዎች (በጐቾና ፍየሎች) ይጠብቅ ነበር (ዘፀአት 3፡1-12)።

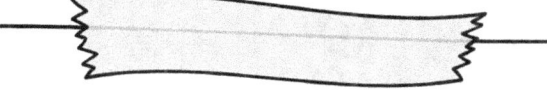

ዘፀአት 2፡11-22፤ 6፡14-25 እና 18፡1-9 አንብቡ። የሙሴን የዘር ሐረግ ሳሉ።

Jewish Voice Ministries International

እየነደደ የነበረው ቁጥቋጦ

ዘፀአት 3፥2 አንብቡና ከታች ያለውን የመጽሐፍ ቅዱስ ጥቅስ ጻፉ።

....

....

....

1. እየነደደ በነበረው ቁጥቋጦ ውስጥ ለሙሴ የተገለጠው ማን ነው?

....

....

2. ሙሴ ከእግሩ ያወጣው ምንድነው?

....

....

3. ሙሴ ፊቱን የሸፈነው ለምንድነው?

....

....

ከዚህ ታሪክ የምትወደውን ቦታ ሳል።

የሙሴ ታሪክ የሚያስተምረኝ ምንድነው?	እግዚአብሔር ሙሴን... ተጠቀመበት።
....	....
....	....

Jewish Voice Ministries International

ቃሉ ምንድነው?

ኦሪት ዘጸአት 3:7-15 አንብቡና ይጎደለውን ሙሉ

< < እግዚአብሔር እንዲህ አለ፣ ‹‹በግብፅ አገር የሚኖሩትን የሕዝቤን መከራ አይቻለሁ፤ ከአሠሪዎቻቸው ጭካኔ የተነሣ የሚያሰሙትንም ጩኸት ሰምቻለሁ። ሕዝቤን .... ለማዳን እወርዳለሁ። ከዚያ .... አውጥቼ .... ነጻ ወደሚሆኑበት መልካም ምድር እመራቸዋለሁ። ብዙ መልካም ነገሮች የሞሉበት ምድር ነው። በዚያ ምድር ከነዓናውያን፣ ኬጢያውያን፣ አሞራውያን፣ ፌርዛውያን፣ .... ኢያቡሳውያን የሚባሉ የተለያዩ ሕዝቦች ይኖራሉ። የእስራኤላውያንን ጩኸት ሰምቻለሁ፤ ግብፃውያን የሚያደርሱባቸውንም መከራ አይቻለሁ። ስለዚህ ወደ .... እልክሃለሁ። ሂድ! .... እስራኤላውያንን፣ ከግብፅ አውጣ።›› ሙሴ ለእግዚአብሔር እንዲህ አለ፤ ‹‹እኔ ታላቅ ሰው አይደለሁም! ታዲያ፣ እንዴት ወደ ፈርዖን መሄድና እስራኤላውያንን ከግብፅ ማውጣት እችላለሁ?›› እግዚአብሔርም፣ ‹‹እኔ ከአንተ ጋር ስለምሆን ትችላለህ። እኔ አንተን እንደላክሁህ ማስረጃው ይህ ነው፦ ሕዝቡን ከግብፅ ካወጣህ በኋላ፣ መጥታችሁ በዚህ ተራራ ....›› አለው። ሙሴም እግዚአብሔርን፣ ‹‹ወደ.......................... ሄጄ፣ ‹የአባቶቻችሁ አምላክ ላከኝ ብላቸው፤ ስሙ ማን ነው? በማለት ይጠይቁኛል፤ ምን ብዬ ልንገራቸው?›› አለው። እግዚአብሔርም ሙሴን፣ ‹‹እኔ ያለሁና የምኖር ነኝ›› ብለህ ንገራቸው። ወደ እስራኤላውያን ስትሄድ፣ ‹‹ያለና የሚኖር›› ልኮኛል›› በላቸው። እግዚአብሔርም ሙሴን፣ ‹‹.......................... አምላክ - ....፣ የይስሐቅና የያዕቆብም አምላክ እንደ ላከህ ንገራቸው። ሁልጊዜ ስሜ ይህ ነው። > >

መከራ
ግብፃውያን
ምድር
እስራኤላውያን
ፈርዖን
ማምለክ
አባቶቻችሁ
አብርሃም
ኤዊያውያን
ሕዝብ

እንጻፍ

ዘፀአት 3፡1-4፤17 አንብብ። ሙሴ እንደሆንህ አስብ። እየነዱ በነበረው ቁጥቋጦ የእግዚአብሔር መልአክ በተገለጠልህ ቀን የሆነውን ጻፍ።

Jewish Voice Ministries International

<<እኔ ከአንተ ጋር እሆናለሁ>>

(ዘፀአት 3፥12)

ትምህርት 3

የትምህርቱ ዕቅድ

መቅሠፍቶቹ

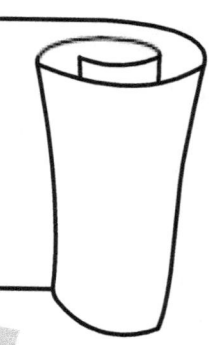

አስተማሪው :- ___________________

የዛሬው የመጽሐፍ ቅዱስ ምንባብ:- ዘፀአት 7፥14-10፥29

(ወላጆች:- ይህን ክፍል ስታስተምሩ አንዱ መቅሠፍት ላይ በማትኮር የመጽሐፍ ቅዱሱን ምንባብ አሳጥሩ)

የእንኳን መጣችሁ ጸሎት:-

ትምህርቱን ከመጀመርህ በፊት ከልጆቹ ጋር አጭር ጸሎት አድርግ።

የትምህርቱ ግቦች:-

በዚህ ትምህርት ልጆቹ:-

1. ፈርዖን ዕብራውያንን በነጻ ለመልቀቅ ፈቃደኛ ያልሆነበትን ምክንያት
2. የመጀመሪያዎቹን ዘጠኝ መቅሠፍቶች ስም ይማራሉ

ይህን ታውቃላችሁ?

መቅሠፍቶቹ ወደ ግብፃውያን የተላኩት ከአብርሃም፣ ከይስሐቅና ከያዕቆብ አምላክ ጋር ሲነጻጸሩ አማልክቶቻቸው ዐቅም እንደሌላቸው ለማሳየት ነው (ዘፀአት 12፥12)።

የመጽሐፍ ቅዱስ ትምህርት ዳሰሳ:-

ሙሴና አሮን ፈርዖን ፊት ቆሙ። ‹‹የእስራኤል አምላክ፣ ‹በምድረ በዳ በዓል እንዲያደርግልኝ ሕዝቤን ልቀቅ› ይላል አሉ።›› ግን እግዚአብሔር የፈርዖንን ልብ ስላጠነከረው እልኸኛ ሆነ። ‹‹ይህ የዕብራውያን አምላክ ማን ነው? እርሱን አላውቅም፤ ማንንም አልለቅም። እንዲሠሩልኝ እፈልጋለሁ!›› አለ። ስለዚህ እግዚአብሔር አሥር መቅሠፍቶች በግብፅ ምድር ላይ አወረደ። እያንዳንዱ መቅሠፍት ከበፊተኛው የባሰ ነበር። በመጀመሪያ እግዚአብሔር የዐባይን ውሃ ደም አደረገ። ከዚያም የእንቁራሪቶችን መቅሠፍት አመጣ። አሁንም ፈርዖን እስራኤላውያንን ነጻ አልለቀቀም፤ ስለዚህ እግዚአብሔር ቅማል፣ ዝንቦች፣ እባጭ፣ በሽታ እና በረዶ አወረደ። በጌሤም ምድር በነበሩት እስራኤላውያን ላይ ግን እነዚህን መቅሠፍቶች አላመጣም። ቀጥሎ እግዚአብሔር የአንበጦችን መቅሠፍት አመጣ። በግብፅ ሦስት ቀን በጣም እንዲጨልም አደረገ። እግዚአብሔር ግን በጌሤም ምድር የነበረ ሕዝቡን ጠበቀ።

ትምህርቱን እንከልስ፡-

ለተማሪዎቹ ጥያቄዎች፡-

1. ዕብራውያንን እንዲለቅ ለፈርዖን የተናገረው ማን ነው?
2. ፈርዖን ዕብራውያንን መልቀቅ ያልፈለገው ለምንድነው?
3. ከበረዶ ጋር ከሰማይ የወረደው ምንድነው?
4. የግብፅ ምድር በጨለማ የነበረው ምን ያህል ቀን ነው?
5. እግዚአብሔር ከመቅሠፍቱ የጠበቀው ማንን ነው?

የእግዚአብሔርን ቃል እንዲያስታውሱ ልጆችን ለመርዳት በቃል የሚያዝ ጥቅስ፡-

‹‹በአንተ፣ በሹማምንቶችህና በሕዝብህ ላይ የመቅሠፍቴን መዓት ሁሉ አሁን አወርድብሃለሁ፤ ይኸውም በምድር ሁሉ እንደ እኔ ያለ ማንም እንዷሌለ ታውቅ ዘንድ ነው፡፡›› (ዘፀአት 9፥14)

የሚደረጉ ነገሮች፡-

የሚደረጉ ነገሮች፡-
አጭር የመጽሐፍ ቅዱስ ጥያቄዎች፡- መቅሠፍቶቹ
ጥናታዊ መሥሪያ ገጽ፡- ሙሴና አሮን በፈርዖን ፊት
ከለር የሚቀባ፡- ፈርዖን
መሥሪያ ገጽ፡- በሒሮግሊፊክስ ስምህን ጻፍ
ጥናታዊ መሥሪያ ገጽ፡- የግብፃውያን አማልክት
መሥሪያ ገጽ፡- መቅሠፍቶቹን ማስተካከል
መሥሪያ ገጽ፡- አሥሩ የግብፅ መቅሠፍቶች
ጥያቄዎቹን መመለስ፤ ከለር መቀባት፡- አሥሩ መቅሠፍቶች
የሚሠራ፡- በወረቀት እንቁራሪት መሥራት
መሥሪያ ገጽ፡- መቅሠፍቶች!
መሥሪያ ገጽ፡- ዐባይ ወንዝ
ከለር መቀባት፡- አሥር የግብፅ መቅሠፍቶች
የሚሠራ፡- አሥሩ መቅሠፍቶች ያሉበት የራስህን ትንሽ ደብተር መሥራት

የመዝጊያ ጸሎት

በአጭር ጸሎት ትምህርቱን አብቃ፡፡

Jewish Voice Ministries International

መቅሠፍቶቹ

ዘፀአት 7፥14-13፥16 አንብቡ።
ከታች ላሉት መልስ ስጡ።

1. የመጀመሪያው መቅሠፍት ምን ነበር? ....
2. የግብፅ አስማተኞች ማድረግ የቻሉት የትኞቹን መቅሠፍቶች ነው? ....
3. አራተኛው መቅሠፍት ምን ነበር? ....
4. ዐመድ ጥቅም ላይ የዋለው በየትኛው መቅሠፍት ነበር? ....
5. ስለ መቅሠፍቶቹ የሚናገረው የትኛው የመጽሐፍ ቅዱስ መጽሐፍ ነው? ....
6. ዘጠነኛው መቅሠፍት ምን ነበር? ....
7. የመጨረሻው መቅሠፍት ምን ነበር? ....
8. እግዚአብሔር ግብፅ ላይ ያወረደው ስንት መቅሠፍት ነው? ....
9. የአንበጣ መቅሠፍት ከወረደ በኋላ የፈርዖንን ልብ ያጠነከረው ማን ነው? ....
10. የመጨረሻው መቅሠፍት እንዳይነካቸው እግዚአብሔር ለዕብራውያን ምን እንዲያደርጉ ነው የነገራቸው? ....

ሙሴና አሮን በፈርዖን ፊት

ዘፀአት 7፥1-13 አንብቡ። ከታች ላሉት ጥያቄዎች መልስ ስጡ።

‹‹እግዚአብሔር ሙሴን እንዲህ አለው፤ ‹‹እኔ አንተን ለፈርዖን እንደ አምላክ አድርጌሃለሁ፤ ወንድምህ አሮንም ያንተ ነቢይ ይሆናል። እኔ የማዝህን ሁሉ ትናገራለህ፤ ወንድምህ አሮንም እስራኤላውያንን ከአገሩ እንዲወጡ ይለቃቸው ዘንድ ለፈርዖን ይነግረዋል። እኔ ግን የፈርዖንን ልብ አደነድናለሁ፤ ታምራዊ ምልክቶችንና ድንቆችን በግብፅ ላይ በብዛት ባደርግም እንኳ አይሰማችሁም። ከዚያም እጄን በግብፅ ላይ አደርጋለሁ፤ እጄን በግብፅ ላይ ስዘረጋና እስራኤላውያንንም ከዚያ ሳወጣ፣ ግብፃውያን እኔ እግዚአብሔር መሆኔን ያውቃሉ። ሙሴና አሮን እግዚአብሔር እንዳዘዛቸው አደረጉ። ፈርዖንን ባነጋገሩበት ጊዜ የሙሴ ዕድሜ ሰማንያ ዓመት፣ አሮን ደግሞ ሰማንያ ሦስት ነበር። እግዚአብሔር ሙሴንና አሮንን እንዲህ አላቸው፤ ፈርዖን፣ ‹ታምር አሳዩኝ ባላችሁ ጊዜ አሮንን እንዲህ በለው፤ ‹በትርህን ውሰድና በፈርዖን ፊት ጣላት› ከዚያም እባብ ትሆናለች።›› ስለዚህ ሙሴና አሮን ወደ ፈርዖን ሄደው እግዚአብሔር እንዳዘዛቸው አደረጉ። አሮን በትሩን በፈርዖንና በሹማምንቱ ፊት ጣላት፤ እባብም ሆነች። ከዚያም ፈርዖን ጠቢባኑንና መተተኞቹን ጠራ፤ የግብፅ አስማተኞችም በድብቅ ጥበባቸው ያንን አደረጉ፤ እያንዳንዱ የያዛትን በትር ጣለ፤ እባብም ሆነች። ነገር ግን የአሮን በትር የእነርሱን በትሮች ዋጠች። ሆኖም፣ የፈርዖን ልብ ደነደነ፤ እግዚአብሔር ተናግሮ እንደነበረውም አላዳመጣቸውም።››

1. የአሮን ሥራ ምን ነበር?

....

....

....

....

2. አሮን በበትሩ ያደረገው ተአምር ምንድነው?

....

....

....

....

3. እግዚአብሔር የፈርዖንን ልብ ያደነደነው ለምን እንደሆነ ታስባላችሁ?

....

....

....

....

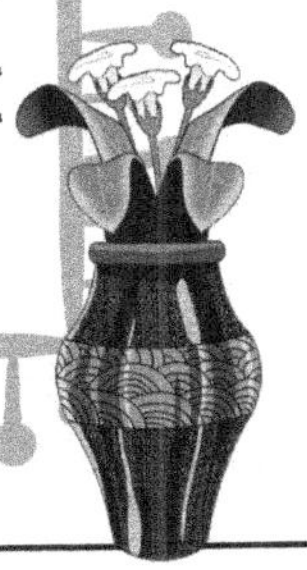

Jewish Voice Ministries International

ፈርዖን

ዘፀአት 9፥12 አንብቡና ጥቅሱን ከታች ጻፉ፡፡

....

....

....

1. ፈርዖን የየትኛው አገር ንጉሥ ነበር?

....

....

2. ፈርዖን ሙሴና አሮንን ያልሰማቸው ለምንድነው?

....

....

3. ተአምር እንዲያደርጉ ፈርዖን እነማንን ነው የጠራው?

....

....

ከታሪኩ የምትወደውን ስዕል ሳል፡፡

ይህ የፈርዖን ታሪክ የሚያስተምረኝ ምንድነው?	እግዚአብሔር ፈርዖንን... ተጠቀመበት
....	....
....	....

በሒሮግሊፊክስ ስማችሁን ጻፉ!

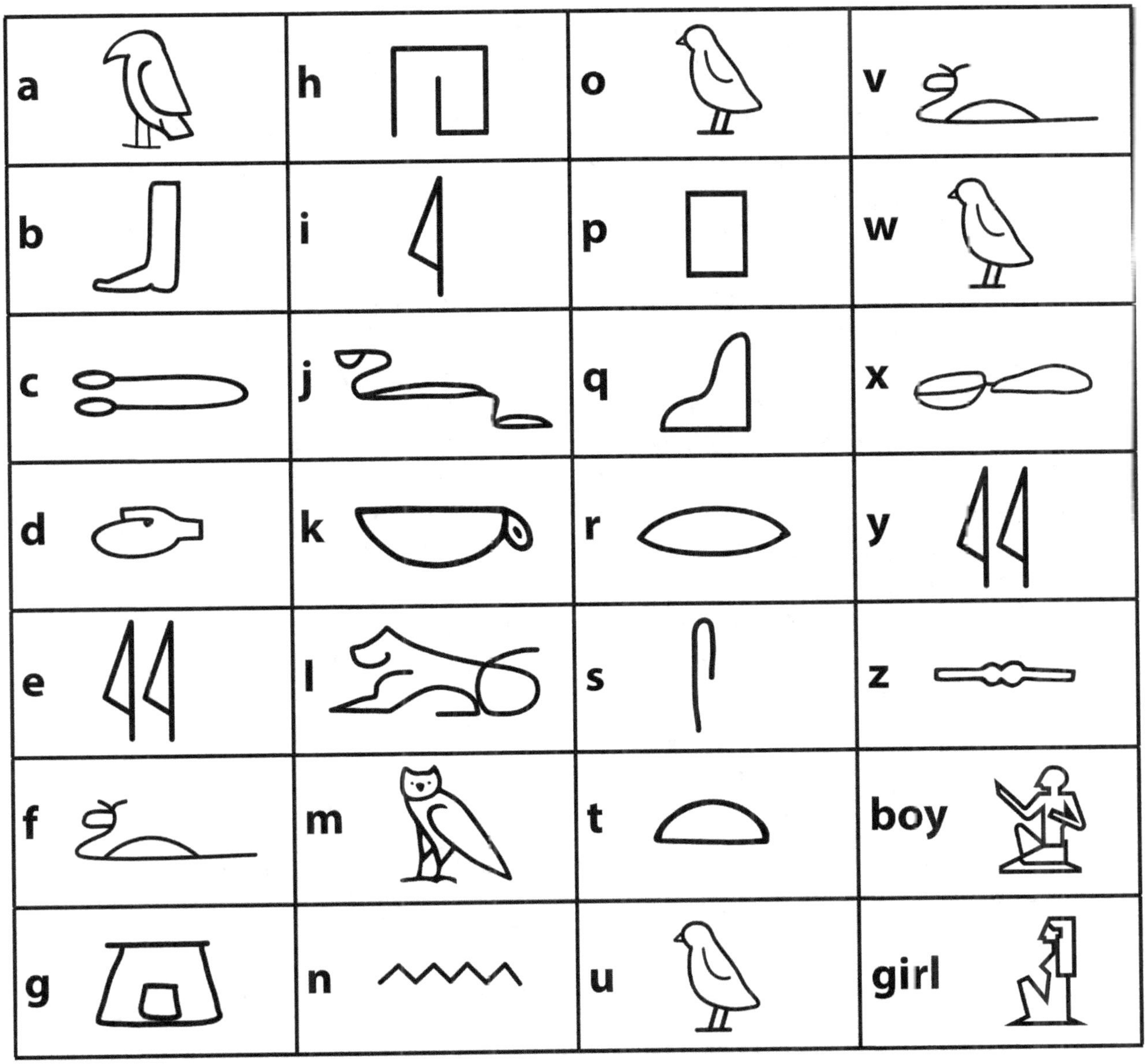

a		**h**		**o**		**v**	
b		**i**		**p**		**w**	
c		**j**		**q**		**x**	
d		**k**		**r**		**y**	
e		**l**		**s**		**z**	
f		**m**		**t**		**boy**	
g		**n**		**u**		**girl**	

የግብፅ ሒሮግሊፊክስ በጥንት ግብፅ ጥቀም ላይ የዋለ አጻጻፍ ዘዴ ነበር።
ስማችሁን በሒሮግሊፊክስ ጻፉ፦

የግብፃውያን አማልክት

የጥንት ግብፃውያን በጣም ሃይማኖተኞች ነበሩ፤ በተለያዩ መንገዶች ሐሰተኛ አማልክት ያመልኩ ነበር። ከዘራፊዎች ለመከላከል የአስማት ጽሑፎች መቃብር ውስጥ ይቀመጡ ነበር፤ ሰዎችን ለማከም ወይም ለመጉዳት ድግምት፣ ጥንቈላና አስማት ጥቅም ላይ ይውሉ ነበር፡ ፡ አስማቱ ካልሠራ የአስማቱ አለመሥራት ሳይሆን፣ የአማልክት ፈቃድ ባለመሆኑ እንደሆነ ይታሰብ ነበር። መቅሠፍቶቹ ከአብርሃም፣ ከይስሐቅና ከያዕቆብ አምላክ ከእግዚአብሔር ጋር ሲነጻጸር፣ የግብፃውያን አማልክት ምን ያህል ዐቅመ ቢስ እንደ ነበሩ ለፈርዖንና ለግብፃውያን አሳይተዋል። ሌላው ቀርቶ፣ ከእነዚህ መቅሠፍቶች አብዛኞቹን አስመስሎ ለማድረግ እንኳ የግብፃውያን አስማተኞች ዐቅመ ቢስ ነበሩ። ለምሳሌ የእንቁራሪቶቹ መቅሠፍት፣ የልደት አምላክ እንደሆነች የምትታሰበው የእንቁራሪት ራስ ያላት የግብፃውያን ጣዖት ሐቄት ላይ የወረደ መቅሠፍት ነበር። የአንበጦቹ መቅሠፍት፣ ‹የጌቶች ጌታ፣ የንጉሦች ንጉሥ› እንደሆነ በሚታሰበው የግብፃውያን አምላክ ኦሲረስ ላይ የወረደ መቅሠፍት ነበር። ከአንበጦች እንደሚጠብቃቸው ግብፃውያን በኦሲረስ ይተማመኑ ነበር። የጨለማ መቅሠፍት የፀሐይ አምላክ እንደሆነ በሚታሰበው የግብፃውያን አምላክ ራሕ ላይ የወረደ መቅሠፍት ነበር፤ የቅማል መቅሠፍት ከመጠን በላይ ንጽሕናን የሚጠብቁ ግብፃውያንን ለማጥቃት የወረደ መቅሠፍት ነበር። እነዚህ ሁሉ መቅሠፍቶች ከወረዱ በኋላ ፈርዖን ዕብራውያንን መልቀቁ የሚገርም አይሆንም!

ፈርዖንን ከለር ቀቡ!

የጥንት ግብፃውያን ሐሰተኛ አማልክቶቻቸውን የሚያመልኩት እንዴት ነበር?

....

ዕብራውያንን በመልቀቁ ፈርዖን ደስ የተሰኘው ለምን ይመስላችኋል?

....

Jewish Voice Ministries International

ቅደም ተከተሉን ያልጠበቁ መቅሠፍቶች

ምደ

ቶእቁቸራሪ

ልማቅ

ብዝን

ትየሳእንስ ሸበታ

ዕጭባ

ረበዶ

ጣንበአ

ለማጨ

ትሞ

© BPA Publishing Ltd 2022

አሥሩ የግብፅ መቅሠፍቶች

ከመጽሐፍ ቅዱስህ ሉቃስ 2፥7 አውጣ። ከታች ባሉት መስመሮች ይህን ጥቅስ ጻፍ።
ገጹ ግርጌ ላይ ያለውን ስዕል ምን ከለር እንደምትቀባ በራስህ ሐሳብ ተጠቀም።

ደም

የእንስሳት ሞት

ዝንቦች፣

ቅማል

የእሳት በረዶ

ጨለማ

ዕባጭ

እንቁራሪቶች

አንበጦች

የበኩር ልጆች ሞት

አሥሩ የግብፅ መቅሠፍቶች

ዘፀአት 7፥14-13፥16 አንብቡ። ከታች ባሉት መስመሮች አሥሩን የግብፅ
መቅሠፍቶች ጻፉ። ስዕሉን ከለር ቀቡ።

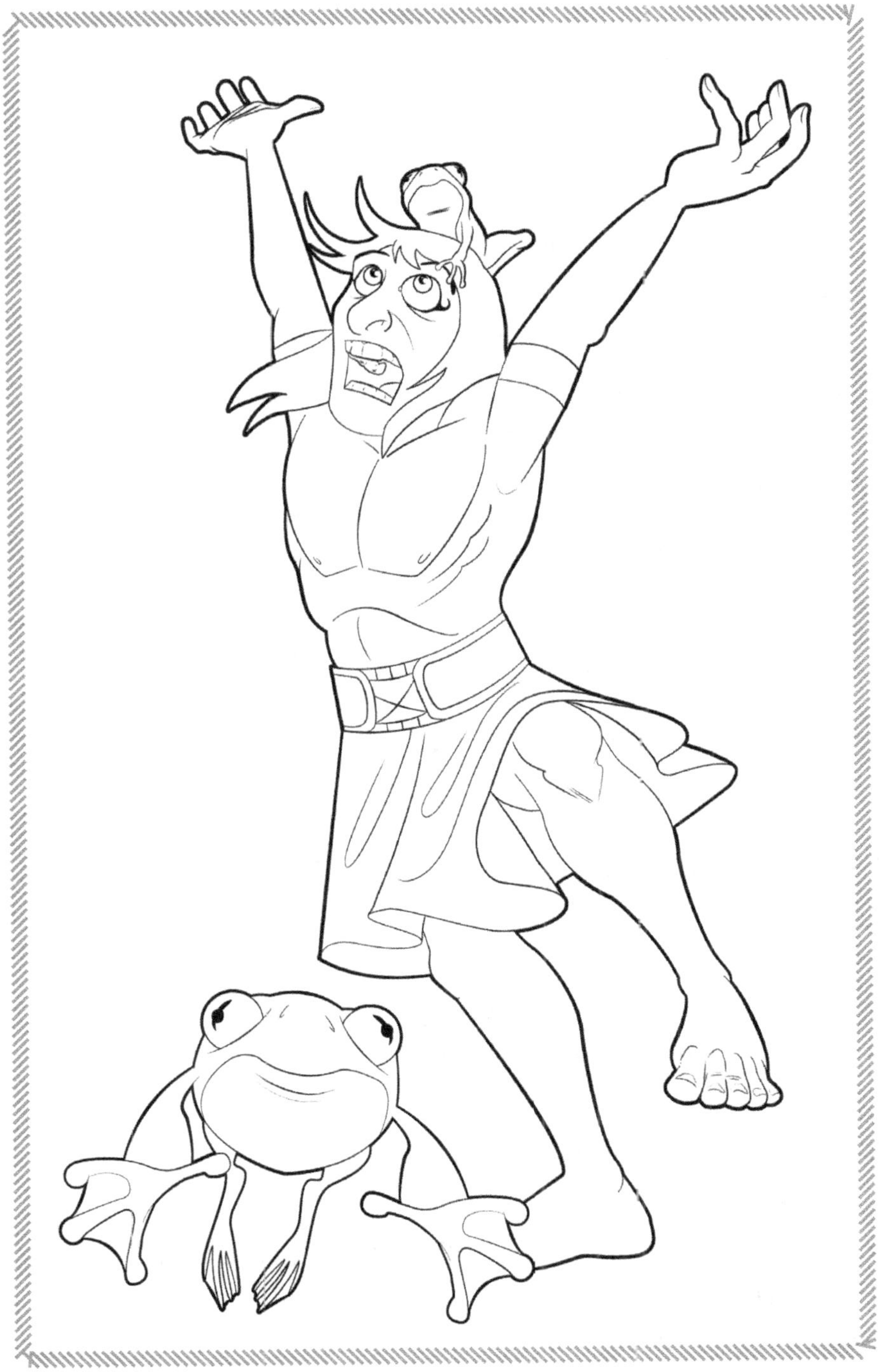

1. ....

2. ....

3. ....

4. ....

5. ....

6. ....

7. ....

8. ....

9. ....

10. ....

የወረቀት እንቁራሪት መሥራት

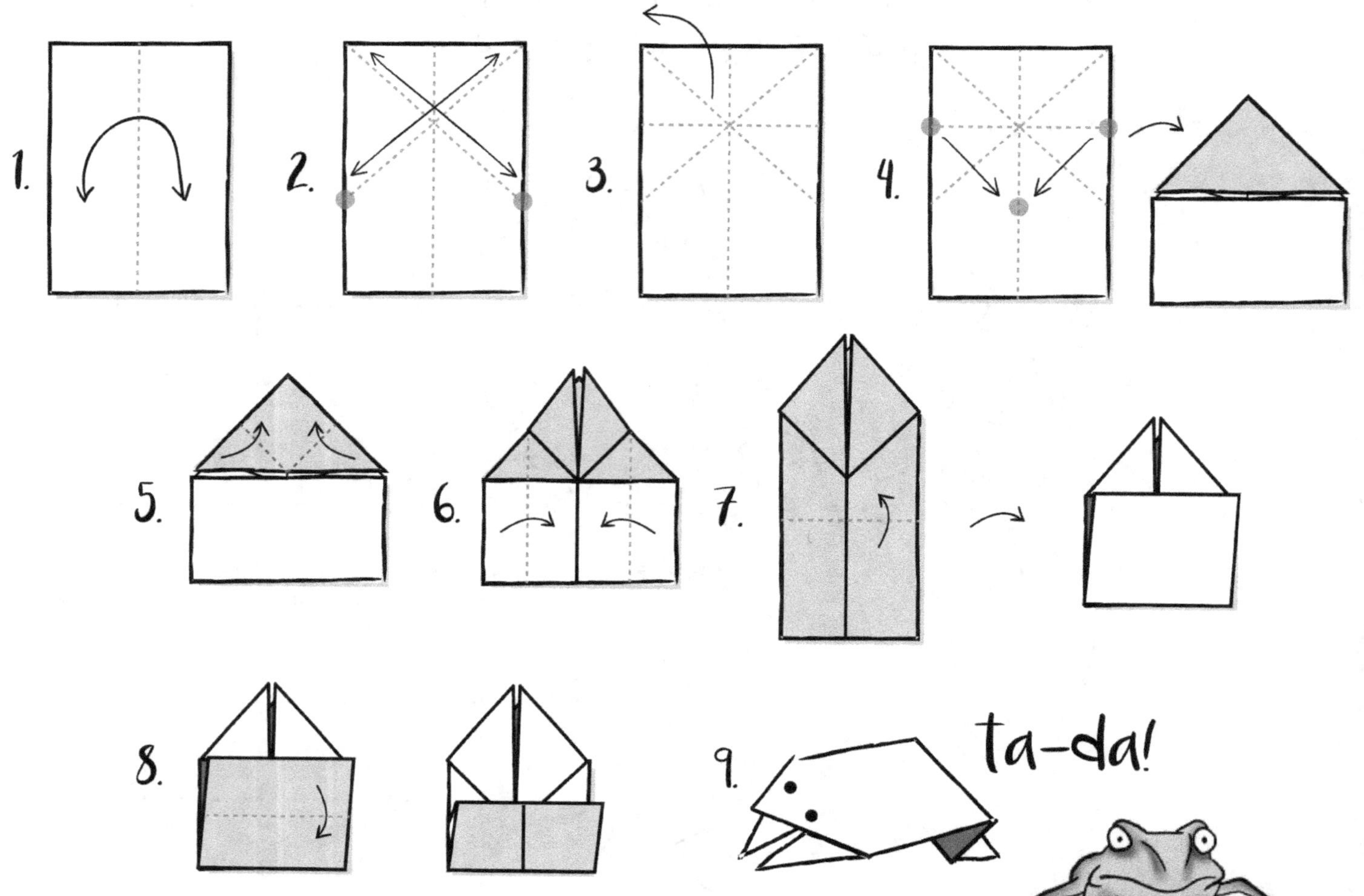

1. አንድ ባለ አራት ማእዘን ወረቀት ወስደህ በቁመቱ ለሁለት ከፍህ እጠፈው። ከዚያ ክፈተው።
2. ሁለቱን የጫፍ ማእዘኖች ወደ ተቃራኒ ጠርዝ እጠፍ።
3. አግድም መስመሮቹ የሚገናኙበት መካከለኛ ቦታ ላይ ወረቀቱን ወደ ኋላ እጠፍና ዘርጋው።
4. የወረቀቱን ዳርና ዳር በመያዝ፣ ከዚያ እነዚህን ነጥቦች መካከል ወዳለው መስመር አምጣቸውና ወረቀቱን ቀጥ በማድረግ አስተኛው።
5. ከላይ ጫፍ ያለውን ሦስት ማእዘን ወደ ላይኛው ነጥብ በማምጣት እጠፍ።
6. የወረቀቱን ጠርዞች መካከል ወዳለው መስመር እጠፍ።
7. የታችኛውን ጠርዝ ወደ ላይ በማጠፍ ጠርዙ የላይኛው የአልማዝ ቅርጽ መካከል እንዲያርፍ አድርግ።
8. ወደ ላይ የታጠፈውን ክፍል በግማሽ ወደ ታች እጠፍ
9. ከዚያ ገልብጠው፤ የወረቀት እንቁራሪት ሠራህ ማለት ነው።

መቅሠፍቶች

ግብፃውያን የበረዶውን መቅሠፍት ማቆም ችለዋልን? የራስህን አስተሳሰብ ተጠቅመህ በረዶውን የሚያቆም ማሽን ንድፍ ሥራ።

የአሥሩ መቅሠፍቶች ታሪክ ጋዜጣ ላይ ወጥቶ ቢሆን ኖሮ፣ ርዕሱ... የሚል ይሆን ነበር።

ፈርዖን እንደሆንህ አስብ። እግዚአብሔር የቅማል መቅሠፍት ያወረደ ቀን የሆነውን በማስታወሻህ ጻፍ።

የአንበጦቹን መቅሠፍት ሳል

ዐባይ ወንዝ

በግብፅ ምድር እግዚአብሔር አሥር መቅሠፍቶች አወረደ። በመጀመሪያው መቅሠፍት ሙሴ በበትሩ የዐባይን ወንዝ ሲመታው፣ ወደ ደም ተለወጠ። የዐሥር ብዜት በሆኑ ድንጋዮች ሙሴ ወንዙን እንዲሻገር እርዱት። ትክክለኛ ድንጋዮችን ከለር ቀቡ።

4000
3406
2495
1500
1300
1153
900
796
437
300
183
100

አሥሩ የግብፅ መቅሠፍቶች

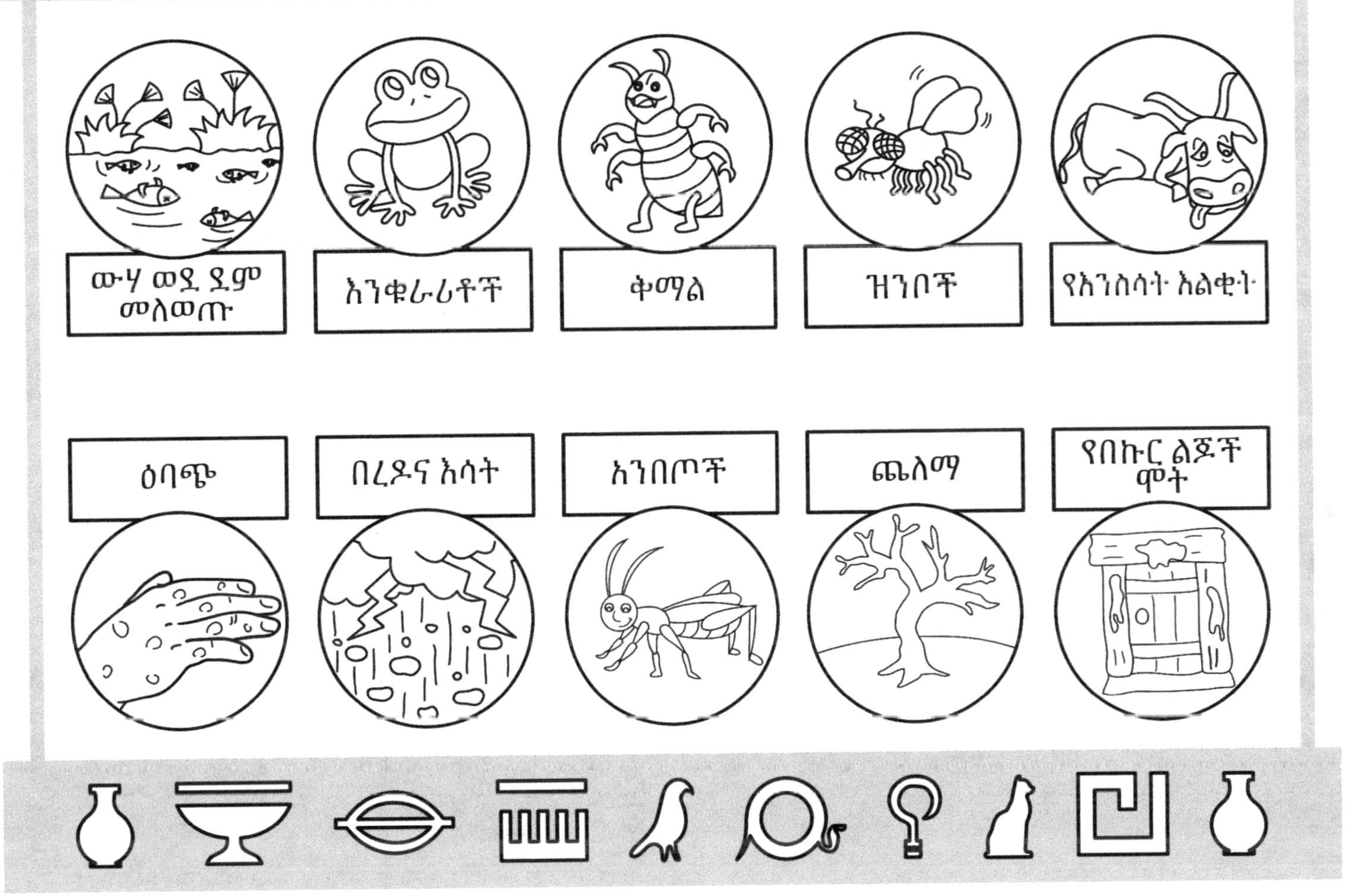

Jewish Voice Ministries International

ትምህርት 4

የትምህርቱ ዕቅድ

ፋሲካ

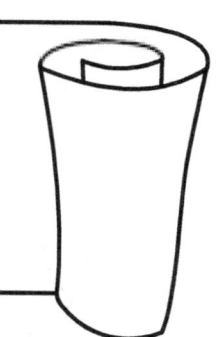

አስተማሪው :- ___________________________

የዛሬው የመጽሐፍ ቅዱስ ምንባብ:- ዘፀአት 12፡1-28

የእንኳን መጣችሁ ጸሎት:-

ትምህርቱን ከመጀመርህ በፊት ከልጆቹ ጋር አጭር ጸሎት አድርግ።

የትምህርቱ ግቦች:-

በዚህ ትምህርት ልጆቹ:-

1. እስራኤላውያን በመጀመሪያው ፋሲካ ምን እንደበሉ
2. እስራኤላውያን ከመጨረሻው መቅሠፍት እንዴት እንደዳኑ ይማራሉ

ይህን ታውቃላችሁ?

ሙሴና እስራኤላውያን ከግብፅ ሲወጡ፣ የዮሴፍን አጥንት ይዘው ነበር የወጡት (ዘፀአት 13፡19)

የመጽሐፍ ቅዱስ ትምህርት ዳሰሳ:-

እግዚአብሔር አንድ የመጨረሻ መቅሠፍት አወረደ፤ ይኸውም በግብፅ የነበሩ የበኩር ወንዶችና እንስሳት ሞት ነበር። ይህን ከማድረጉ በፊት የተጠበሰ በግ ሥጋ ከመራራ ቅጠል ጋር እንዲበሉ፣ (በጉ አንድ ዓመት ብቻ መሆን አለበት) የየቤታቸውን ደጃፍ መቃንና ጉበን በበጉ ደም እንዲቀቡ ለእስራኤላውያን ነገራቸው። እንዲህ ካደረጉ የመጨረሻው መቅሠፍት አይነካቸውም። ለሰባት ቀን ያልቦካ ቂጣ (ማትዛሕ) እንዲበሉም እግዚአብሔር ነግሮአቸውም ነበር። በዚያ ሌሊት እግዚአብሔር በግብፅ ምድር አለፈ። መቃንና ጉበኑ ደም የተቀባውን ቤት ሁሉ ሳይነካ አለፈ። የፈርዖንን ወንድ ልጅ ጨምሮ በግብፅ የነበሩ የበኩር ልጆች ሁሉ ሞቱ። ፈርዖን፣ ሙሴንና አሮንን ጠራቸው። <<እንስሳዎቻችሁንና ሀብታችሁን ይዛችሁ ውጡ!>> አላቸው።

Jewish Voice Ministries International

ትምህርቱን እንከልስ፡-

ለተማሪዎቹ ጥያቄዎች፡-

1. አሥረኛው መቅሠፍት ምን ነበር?
2. በመጀመሪያው ፋሲካ እስራኤላውያን ምን ነበር የበሉት?
3. እስራኤላውያን ለፋሲካ የበሉት በግ ዕድሜው ምን ያህል ነበር?
4. እስራኤላውያን ለሰባት ቀን ምን ዐይነት ቂጣ እንዲበሉ ነበር የተነገራቸው?
5. እስራኤላውያን ከአሥረኛው መቅሠፍት የዳኑት እንዴት ነበር?

የእግዚአብሔርን ቃል እንዲያስታውሱ ልጆችን ለመርዳት በቃል የሚያዝ ጥቅስ፡-

‹‹የምትመርጡት ጠቦት በግ ወይም ፍየል ሊሆን ይችላል፤ ነገር ግን ምንም ነውር የሌለበትና አንድ ዓመት የሞላው መሆን አለበት፡፡›› (ዘፀአት 12፡5)

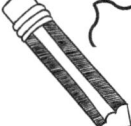

የሚደረጉ ነገሮች፡-

ዕብራይስጥ እንማር፡- ፋሲካ
መሥሪያ ገጽ፡- ቃሉ ምን ይላል?
ጥናታዊ መሥሪያ ገጽ፡- ፋሲካ
መሥሪያ ገጽ፡- ለፋሲካ ምንድነው የምትበሉት?
የምታዘጋጁት፡- የፋሲካ ምግብ
ከለር የሚቀባ፡- ፋሲካ
መሥሪያ ገጽ፡- የመጀመሪያ ፋሲካ
የምግቡ ዓይነት፡- ያልቦካ ቂጣ
ነጠብጣቦቹን ማያያዝ፡- ሙሴ
ከለር የሚቀባ፡- ሙሴ
መሥሪያ ገጽ፡- የግብፃውያን ዘመን
የሚሠራ፡- ከአሥሩ መቅሠፍቶች የአንገት ሐብል መሥራት

የመዝጊያ ጸሎት

በአጭር ጸሎት ትምህርቱን አብቃ፡፡

ፔሳህ

ፋሲካ ለሚለው የዕብራይስጡ ቃል ፔሳህ ነው። እስራኤላውያን ከግብፅ ከመውጣታቸው በፊት ጠቦት በግ፣ ያልቦካ ቂጣ እና መራራ ቅጠል ተመግበው ነበር። ይህን ቀን ለዘላለም እንዲያስታውሱና እንዲያከብሩ እግዚአብሔር ለእስራኤላውያን ተናገረ (ዘፀአት 12፥14)።

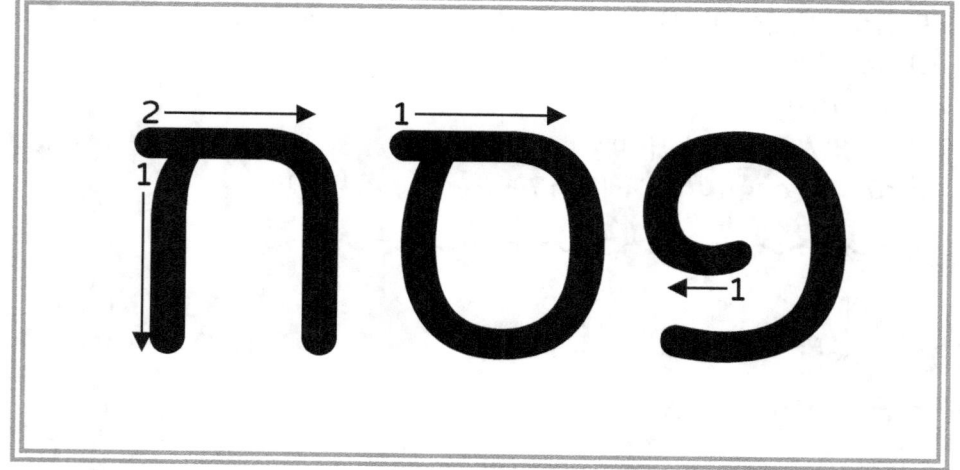

ፔሳህ

פֶּסַח

ፋሲካ

פסח

Jewish Voice Ministries International

እንጻፍ!

ከታች ባሉት መስመሮች ፋሲካ ለሚለው የዕብራይስጡን ቃል መጻፍ ተለማመድ።

פסח

פסח

ይህን በራሳችሁ ሞክሩ፤ ዕብራይስጥ
የሚጻፈው ከቀኝ ወደ ግራ መሆኑን አስታውሱ።

Jewish Voice
Ministries International

ቃሉ ምን ይላል?

ዘፀአት 12፥1-10 አንብቡ። ከታች ባሉት ቃሎች ባዶዎቹን ሙሉ

<<እግዚአብሔር ሙሴንና .... በግብፅ እንዲህ አላቸው፤ ‹‹ይህ ወር ለእናንተ የወር መጀመሪያ፣ የዓመቱም መጀመሪያ ይሁንላችሁ። ለመላው የእስራኤል ሕዝብ ይህን ንገሩ፤ ይህ ወር በገባ በአሥረኛው ቀን እያንዳንዱ ሰው አንዳንድ ጠቦት ለቤተ ሰቡ፤ አንዳንድ ጠቦት ለአባቱ ቤት ያዘጋጅ። ማንኛውም ቤተ ሰብ ለአንድ ሙሉ ጠቦት ቁጥሩ አነስተኛ ከሆነ፣ በጐረቤት ያሉትን ሰዎች ቁጥር እስከ ቀርብ ከሆነው ጋር መካፈል ይኖርበታል፤ እያንዳንዱ ሰው በሚበላው መጠንም ምን ያህል ጠቦት እንደሚያስፈልግ መወሰን ይኖርባችኋል። የምትመርጡት .... በግ ወይም ፍየል ሊሆን ይችላል፤ ነገር ግን ምንም .... አንድ ዓመት የሞላው ተባዕት መሆን አለበት፤ ወሩ በገባ እስከ አሥራ አራተኛው ቀን ድረስ ጠብቋቸው። በዚያ ምሽት ጀምበር ስትጠልቅ .... ሕዝብ ሁሉ ይረዷቸው:
: ከዚያም .... ወስደው የጠቦቶቹ ሥጋ የሚበላበትን የእያንዳንዱን ቤት ደጃፍ .... ይቀቡ። ሥጋውንም በዚያችው ሌሊት በእሳት ላይ ጠብሰው .... ቀጠልና .... ቂጣ ጋር ይብሉት። ጥሬውን ሥጋ ወይም ቀቅሉን አትብሉ፤ ነገር ግን ጭንቅላቱን፣ እግሮቹንና ሆድ ዕቃውን በእሳት ላይ ጠብሳችሁ ብሉት። ከሥጋው ተርፎ አይደር፤ ያደረ ቤት ቢኖር ግን በእሳት ይቃጠል።>>

አሮን	እስራኤል
መራራ	ያልቦካ
ነውር የሌለበት	መቃንና ጉበን
ጠቦት	ደም

ፋሲካ

መጽሐፍ ቅዱስ እንደሚነግረን በእግዚአብሔር መመሪያ መሠረት ዕብራውያን ባርያዎችን ነጻ እንዲለቅ ሙሴ ፈርዖንን ጠየቀው። ፈርዖን እግዚአብሔር ያወረዳቸው ዘጠኝ መቅሠፍቶች ችላ በማለቱ እግዚአብሔር በግብፅ ያሉትን የመጀመሪያ ወንዶች ልጆች ሁሉ ለመግደል ወሰነ። ነገር ግን የእነርሱ የመጀመሪያ ወንዶች ልጆች እንዳይሞቱ የእስራኤል ሕዝብ በጠቦቶቹ ደም በራቸውን እንዲቀቡ እግዚአብሔር ሙሴን አስጠነቀቀው፤ ደሙን ሲያይ፣ እግዚአብሔር ቤታቸውን፣ ‹‹ያልፋል›› መቅሠፍቱ አይነካቸውም።

እስራኤላውያንን ከግብፅ ካወጣ በኋላ በየዓመቱ ያልቦካ ቂጣ የሚበሉበት በዓል እንዲያከብሩ ነገራቸው (ዘሌዋውያን 23፥4-8)። ያልቦካ ቂጣ በዓል የሚጀምረው ኒሳን በሚባለው የዕብራውያን ወር አሥራ አራተኛው ቀን ምሽት ላይ በፋሲካ ምግብ ነው። በዚህ ዘመን በየሹዋ የሚያምኑ (ኢየሱስ ክርስቶስ) የፋሲካን በዓል የሚያከብሩት የመሲሑን ሞት ለማስታወስ ጠቦት እና ያልቦካ ቂጣ በመብላት ነው።

በሩን ከለር ቀቡ!

ዘፀአት 12 አንብቡ። በመጀመሪያው ፋሲካ እስራኤላውያን የበሉት ምንድነው?

....

ቤተ ሰባችሁ በየዓመቱ የፋሲካ ምግብ ይበላልን? ከሆነ፣ ምንድነው የምትበሉት?

....

የፋሲካ ምግብ

በፋሲካ ምንድነው የምትበሉት? ከታች ባለው ሳህን የምትበሉትን ምግብ ሳሉ።

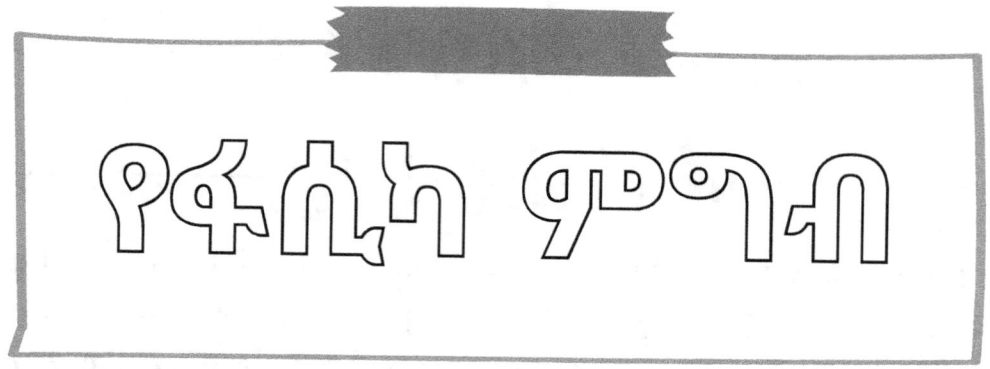

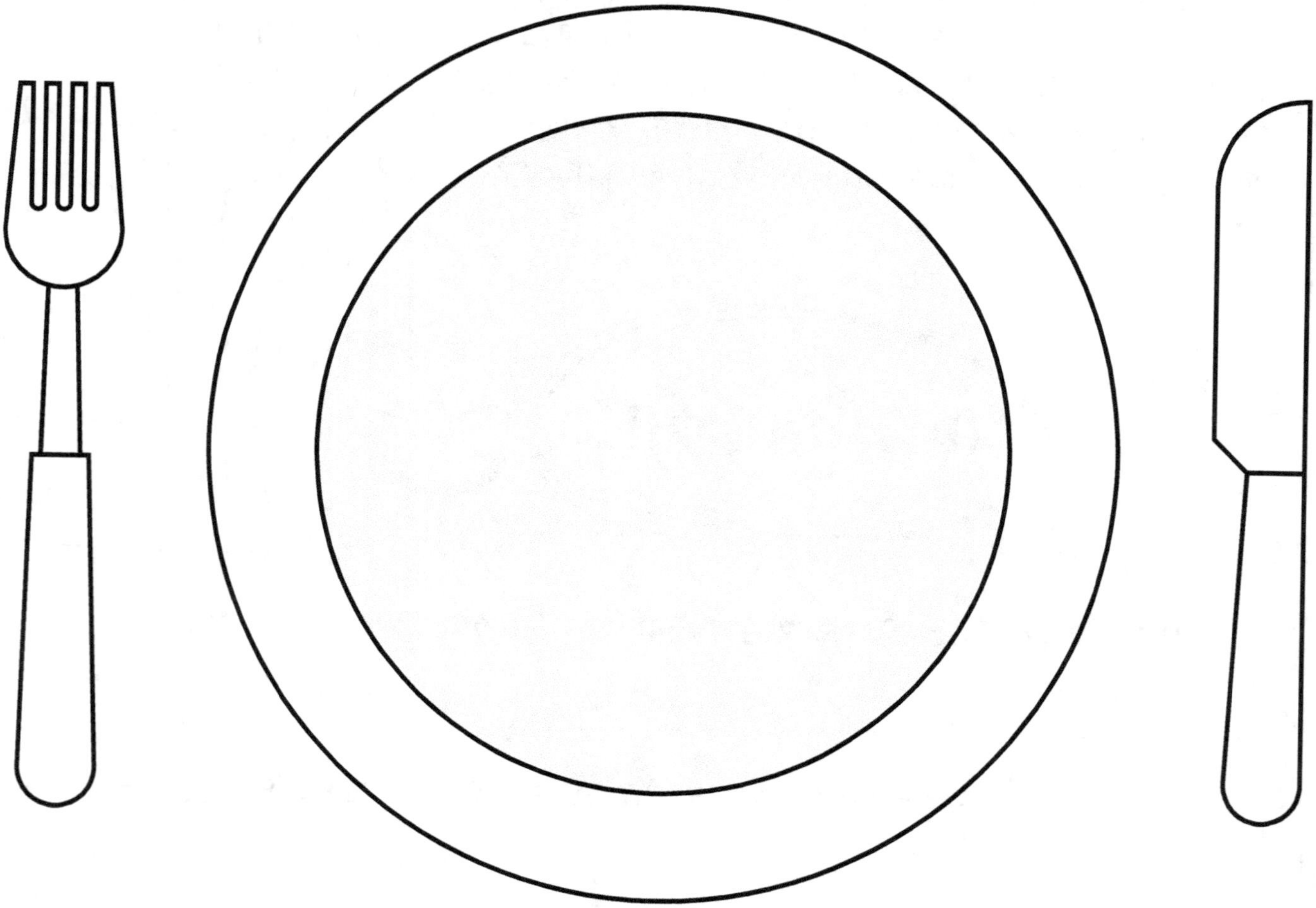

<< . . . ከደሙ ወስደው የእያንዳንዱን ቤት ደጃፍ መቃንና ጉበን ይቀቡ:: >>

(ዘፀአት 12፥7)

Jewish Voice Ministries International

የመጀመሪያው ፋሲካ

ፈርዖን የእስራኤልን ሕዝብ አልለቅም በማለቱ እግዚአብሔር በግብፅ ምድር ያሉትን የመጀመሪያ ልጆች ሁሉ ለመግደል ወሰነ። ነገር ግን በመጀመሪያ ሕዝቡ ራሳቸውን ከመጨረሻው መቅሠፍት እንዲያድኑ እግዚአብሔር ለሙሴ ነገረው። ዘፀአት 12፥1-32 አንብቡ። ለጥያቄዎቹ መልስ ስጡ።

1. ከመጨረሻው መቅሠፍት እንዲያመልጡ ከተፈለገ ምን እንዲያደርጉ ነበር ሙሴ ለእስራኤል ሽማግሌዎች የነገራቸው?
2. እስራኤላውያን ፔሳህን ለምን ያህል ጊዜ እንዲያከብሩ ነበር የተነገራቸው?
3. እስራኤላውያን በመጀመሪያው ፋሲካ የበሉት ምን ነበር?
4. አሥረኛው መቅሠፍት ምን እንደነበር ግለጹ።
5. እስራኤላውያን ለሰባት ቀን ምን ዓይነት ቂጣ ነበር መብላት የነበረባቸው?

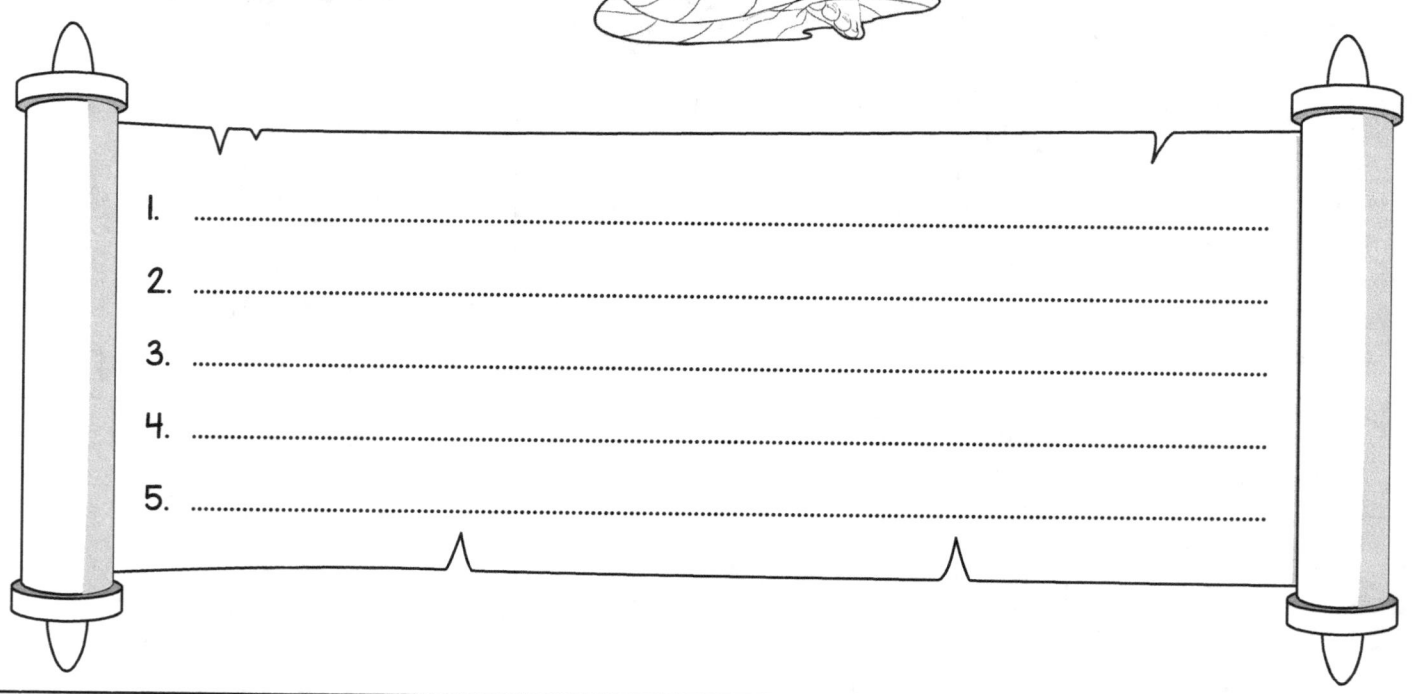

1. ....
2. ....
3. ....
4. ....
5. ....

የምግቡ ዝግጅት፡- ያልቦካ ቂጣ

የሚያስፈልጉ ነገሮች

1 ስኒ ዱቄት

1/3 ስኒ የአትክልት ዘይት

1/8 የሻይ ማንኪያ ጨው

1/3 ስኒ ውሃ

አሠራሩ

መጋገሪያ ምጣዱ ላይ በቀላሉ የማይቃጠል ወረቀት ማድረግ

ዱቄት፣ ዘይት እና ጨው ጓድጓዳ ሳህን ውስጥ ማደባለቅ

ውሃ በመጨመር ሊጡ እስኪቀጥን መለወስ

በእጅ በመጠቀም ሊጡን ስድስት ቦታ ማድቦልቦልና መጠፍጠፍ ከዚያም

በተዘጋጀው መጋገሪያ ላይ ማድረግ

በ425°F (220°C) መጋገር፤ ቂጣው እስኪበስል ለ8-10 ደቂቃ ማቆየት

የጠቢባኑ ስጦታ

እግዚአብሔር ግብፃውያን ላይ አሥር መቅሠፍቶች አወረደ። ከታች ያሉትን መቅሠፍቶች በስማቸው መጥራት ትችላላችሁ? ተመሳሳዮቹን መቅሠፍቶች ተመሳሳይ ከለር ቀቧቸው፤ እያንዳንዱን የመቅሠፍት ዐይነት ቁጠሩ፤ ቁጥሩን እላያቸው ለጥፉ።

ነጠብጣቦቹን ማያያዝ

ሙሴን ለማየት ነጠብጣቦቹን አያይዙ። የሙሴን ስዕል ከለር ቀቡ።

ሙሴ

ዘፀአት 12፥21 አንብቡና ከታች ጥቅሱን ጻፉ::

....

....

....

1. ዕብራውያንን ነጻ እንዲለቅ ሙሴ ማንን ነበር የጠየቀው?

....

....

2. የመጨረሻው መቅሠፍት እንዳይደርስባቸው ሙሴ ምን እንዲያደርጉ ነበር ለእስራኤል ሽማግሌዎች የተናገረው?

....

....

3. እስራኤላውያን ለምን ያህል ጊዜ ነበር ፋሲካን ማክበር ያለባቸው?

....

....

ከታሪኩ ደስ የሚላቸሁን ሳሉ::

የሙሴ ታሪክ የሚያስተምረኝ ምንድነው?	እግዚአብሔር ሙሴን... ተጠቀመበት
....	....
....	....
....	....
....	....

Jewish  Voice
Ministries International

የዘፀአት መጽሐፍ

የግብፀውያን ዘመን

ዘፀአት 12   የግብፅ ምድር   የመጽሐፍ ቀዱስ ታሪክ ሕትመት

የፈርዖን ልጅ ሞተ

....

....

....

....

....

....

የጠቦት እጥረት

ፈርዖን ዕብራውያንን አስወጣ!

....

....

....

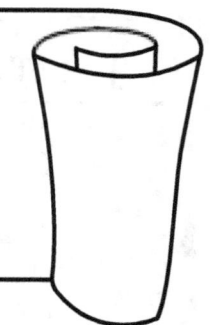

ትምህርት 5 | የትምህርቱ ዕቅድ

ቀይ ባሕርን መሻገር

አስተማሪው :- ______________________________

የዛሬው የመጽሐፍ ቅዱስ ምንባብ፡- ዘፀአት 12፡33-14፡31

የእንኳን መጣችሁ ጸሎት፡-

ትምህርቱን ከመጀመርህ በፊት ከልጆቹ ጋር አጭር ጸሎት አድርግ።

የትምህርቱ ግቦች፡-

በዚህ ትምህርት ልጆቹ፡-

1. እግዚአብሔር እስራኤላውያንን እንዴት በበረሐ እንደመራ
2. እግዚአብሔር እስራኤላውያንን እንዴት ከግብፃውያን እንዳዳነ ይማራሉ።

ይህን ታውቃላችሁ?

በግብፅና በሳዑዲ አረቢያ መካከል ባለው የአካባ ባሕረ ሰላጤ ጥልቅ ውስጥ፣ የጥንት ግብፃውያን ሰረገላ መንኰራኵሮች፣ የእንስሳት አጽሞችና ሌሎች መሣሪያዎች ተገኝተዋል።

የመጽሐፍ ቅዱስ ትምህርት ዳሰሳ፡-

ሙሴ እስራኤላውያንን ከግብፅ ሲያወጣ በምድረ በዳ አስከፊ ሸለቆዎች ውስጥ ነበር ወደ ቀይ ባሕር ያደረሳቸው። የሚሄዱበትን መንገድ ለማሳየት በእሳትና በደመና ዐምድ እግዚአብሔር በፊታቸው ይሄድ ነበር። እስራኤላውያን ከግብፅ በመውጣታቸው ፈርዖን በጣም ተናደደ። ወታደሮቹ እነርሱን እያሳደዱ በረሐውን ተሻግረው ባሕሩ አጠገብ ደረሱ። እስራኤላውያን ወጥመድ ውስጥ እንደገቡ ነበር የተሰማቸው! እግዚአብሔር ግን ባሕሩን ከፍሎ እነርሱን በማሻገር ማዶ ወዳለው ደረቅ ምድር አደረሳቸው። ግብፃውያን እስራኤላውያንን ለመከተል ሞከሩ፤ ይሁን እንጂ፣ ውሃው እንደገና ተጋጠመ፤ እነርሱ ሰጠሙ። የእስራኤል ልጆች ሰላም ሆኑ!

ትምህርቱን እንከልስ፡-

ለተማሪዎቹ ጥያቄዎች፡-

1. እስራኤላውያን ከግብፅ ሲወጡ ምን ይዘው ነበር የወጡት?
2. እግዚአብሔር ለእስራኤላውያን በበረሐ መንገድ ያሳያቸው እንዴት ነበር?
3. እግዚአብሔር ቀይ ባሕርን የከፈለው እንዴት ነበር?
4. እስራኤላውያን ቀይ ባሕርን የተሻገሩት እንዴት ነበር?
5. ግብፃውያን ቀይ ባሕርን መሻገር ሲሞክሩ ምን ሆኑ?

የእግዚአብሔርን ቃል እንዲያስታውሱ ልጆችን ለመርዳት በቃል የሚያዝ ጥቅስ፡-

‹‹ውሃውን ለመክፈል በትርህን አንሣና እጅህን በባሕሩ ላይ ዘርጋ፤ እስራኤላውያን በባሕሩ ውስጥ በየብስ ይሻገራሉ፡፡›› (ዘፀአት 14፡16)

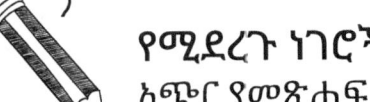

የሚደረጉ ነገሮች፡

አጭር የመጽሐፍ ቅዱስ ጥያቄዎች፡- ቀይ ባሕርን መሻገር
መሥሪያ ገጽ፡- ሙሴ ማን ነበር?
ዕብራይስጥ እንማር፡- ያልቦካ ቂጣ
ጥናታዊ መሥሪያ ገጽ፡- ያልቦካ ቂጣ በዓል
መሥሪያ ገጽ፡- ዘፀአት
የመጽሐፍ ቅዱስ ሥራ፡- ዘፀአት
አዝናኝ መሥሪያ ገጽ፡- ቀይ ባሕርን መሻገር
መሥሪያ ገጽ፡- የግብፃውያን የጦር ሰረገላ
ከለር የሚቀባ፡- ቀይ ባሕርን መሻገር
ጥናታዊ መሥሪያ ገጽ፡- ቀይ ባሕር ላይ የተደረገ ጥናት?
ከለር የሚቀባ፡- ቀይ ባሕርን መሻገር

የመዝጊያ ጸሎት

በአጭር ጸሎት ትምህርቱን አብቃ፡፡

Jewish Voice Ministries International

ቀይ ባሕርን መሻገር

ዘፀአት 14፥1-31 አንብቡ። ከታች ላሉት ጥያቄዎች መልስ ስጡ።

1. እስራኤላውያንን እየመራ ከግብፅ ያወጣ ማን ነው? ....
2. እስራኤላውያን ምን ይዘው ነበር ከግብፅ የወጡት? ....
3. እስራኤላውያንን በምድረ በዳ የመራ ማን ነው? ....
4. እስራኤላውያንን ያሳደደው የትኛው ሰራዊት ነበር ....
5. እስራኤላውያን ባሕሩ ጋ ሲደርሱ የት ነበር የሰፈሩት? ....
6. እስራኤላውያን ወደ ማዶ እንዲሻገሩ ሙሴ ባሕሩን ያዘዘው እንዴት ነበር? ....
7. ከግብፃውያን ለማምለጥ እስራኤላውያን የተሻገሩት የትኛውን ባሕር ነበር? ....
8. እስከ ቀይ ባሕር ድረስ ያሳደዱዋቸውን ግብፃውያን እግዚአብሔር እንዴት ነበር ያስቆማቸው? ....
9. የግብፃውያን ሰራዊት ምንድነው የሆነው? ....
10. ከባሕሩ ማዶ ሲደርሱ እስራኤላውያን ምን ነበር ያደረጉት? ....

ሙሴ ማን ነበር?

ዘፀአት 2፥1-12፥42 እና 1ዜና መዋዕል 23፥15 አንብቡ። ከታች ያለውን መሥሪያ ገጽ ሙሉ።

ሙሴን እንደ ልጁ አድርጎ ያሳደገው ማን ነው?

....

ሙሴ ወደ ምድያም ምድር የሸሸው፡-

....

እግዚአብሔር ሙሴ ተመልሶ ወደ ግብፅ እንዲሄድ የላከው፡-

....

ሙሴ .... እና .... የሚባሉ ሁለት ወንዶች ልጆች ነበሩት

ሙሴ በጣም ዝነኛ የሆነበት ምክንያት ነው።

....

....

ሙሴን የሚገልጹ አምስት ቃሎች፡-

1. ....
2. ....
3. ....
4. ....
5. ....

Jewish Voice Ministries International

ቻግ ሐማትዞት

ያልቦካ ቂጣ በዓል ለሚለው የዕብራይስጥ ቃሎቹ ቻግ ሐማትዞት ናቸው። ይህ በዓል እስራኤል ከግብፅ ወጥተው መጓዛቸው የሚከበርበት ነው። ለሰባት ቀን ያልቦካ ቂጣ እንዲበሉ እግዚአብሔር ለእስራኤላውያን ተናገረ።

ቻግ ሐማትዞት

חַג הַמַצוֹת

ያልቦካ ቂጣ በዓል

חג המצות

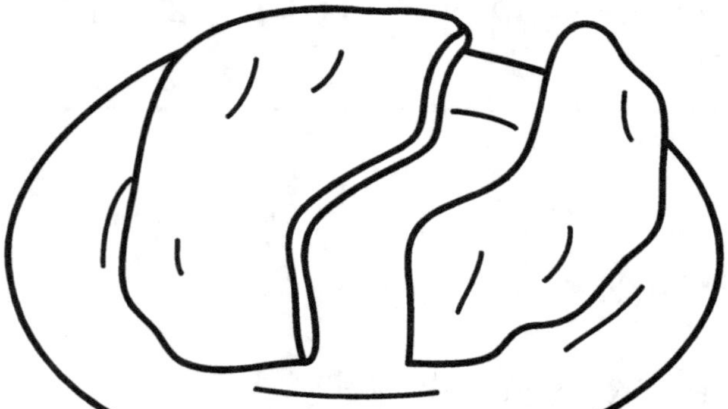

Jewish Voice Ministries International

እንጻፍ!

ከታች ባሉት መስመሮች፣ ‹ቻግ ሐማትዞት› መጻፍ ተለማመዱ

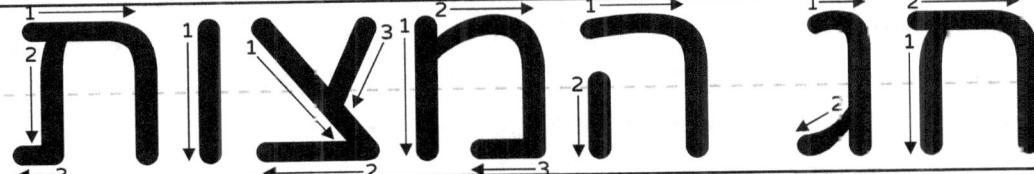

חג המצות

חג המצות

ይህን በራሳችሁ ሞክሩ፤ ዕብራይስጥ
የሚጻፈው ከቀኝ ወደ ግራ መሆኑን አስታውሱ፡፡

Jewish Voice Ministries International

ያልቦካ ቂጣ በዓል

የእስራኤል ልጆች ከግብፅ የወጡት በጥድፊያ ስለነበር ሊጣቸው እስኪቦካ ለመጠበቅ ጊዜ አልነበራቸውም። ስለዚህ ሊጣቸውን ተሸክመው ሄዱ። እየሄዱ እያለ ሊጡ በፀሐይ ቃጠሎ በሰለ። ሊጡ እርሾ ስላልነበረው ደረቅና ጠፍጣፋ ሆነ፣ ‹ማትዛሕ› የተባለው በዚህ ምክንያት ነበር። በቂጣ በዓል በየዓመቱ ማትዛሕ መመገብ ከግብፅ መውጣታቸውንና እግዚአብሔር እንዴት ከባርነት እንዳዳናቸው ለእስራኤላውያን ያስታውሳቸዋል። እስራኤላውያን በአካል ከግብፅ ነጻ ቢወጡም፣ አሁንም የግብፃውያንን ሐሰተኛ አማልክት እያመለኩ ነበር። በመንፈሳዊ ደረጃ ከግብፅ መውጣትን መማር ነበረባቸው። ያልቦካ ቂጣ በዓል የሚውለው በኒሳን አሥራ አምስተኛው ቀን ሲሆን፣ (መጋቢት - ሚያዝያ) ለሰባት ቀን ይቆያል። ብዙ ሰዎች ያልቦካ ቂጣ በዓል የአይሁዳውያን በዓል ብቻ እንደሆነ ያስባሉ፤ መጽሐፍ ቅዱስ ግን ይህ፣ ‹ከተወሰኑ ቀኖች› አንዱ እንደሆነ ይናገራል።

ማትዛሕ ከለር መቀባት!

ያልቦካ ቂጣ በዓልን ለማክበር ቤታቸውን እንዴት እንዲያዘጋጁ ነው እግዚአብሔር ለእስራኤል ልጆች የሚነግራቸው (ዘፀአት 12፥15-19)

....

አንተና ቤተ ሰብህ ያልቦካ ቂጣ በዓልን እንዴት ነው የምታከብሩት?

....

Jewish Voice Ministries International

ዘፀአት

የእስራኤል ልጆች ሀብታቸውን ይዘው ከግብፅ ወጡ። በጥንት ግብፅ ሕይወት ምን እንደሚመስል አስቡ፤ እስራኤላውያን ሻንጣዎች ውስጥ ምን ሊኖር እንደሚችል ዘርዝሩ። ሻንጣዎች ውስጥ ምን ሊኖር እንደሚችል ሳሉ።

1. ....
2. ....
3. ....
4. ....
5. ....
6. ....
7. ....
8. ....
9. ....
10. ....

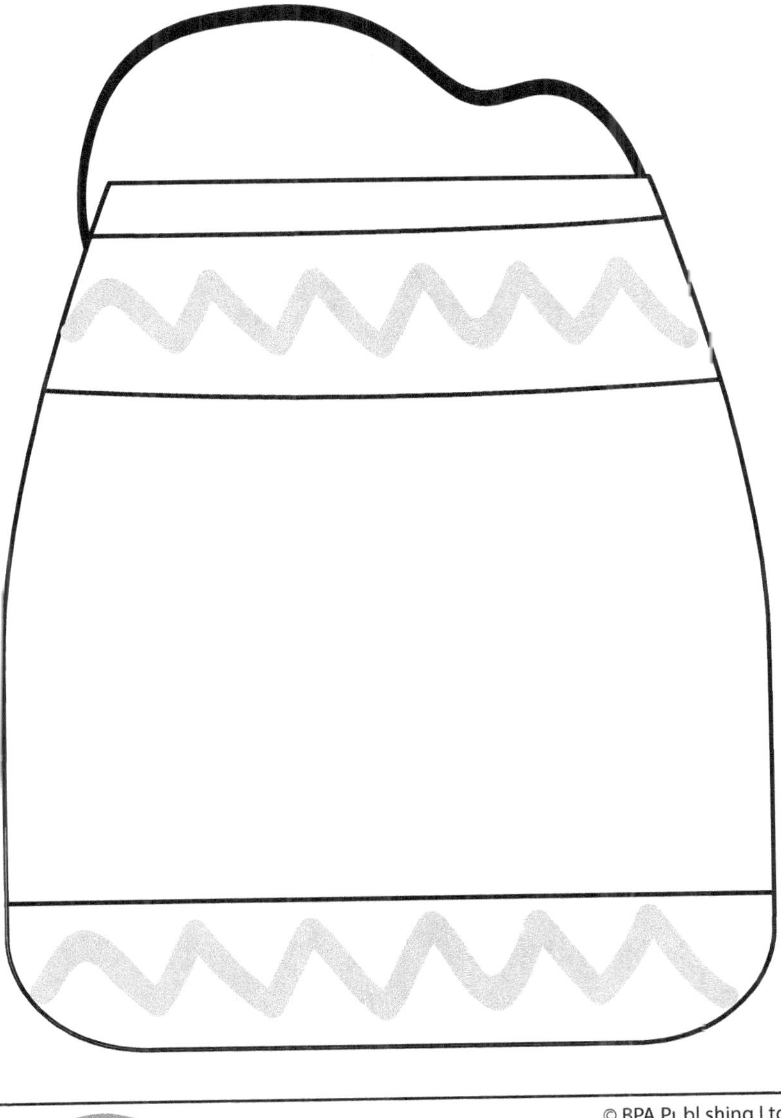

Jewish Voice Ministries International

ዘፀአት

ዘፀአት 12፡29-42 አንብቡ። እስራኤላውያን ከግብፅ ሲወጡ ምን ምን ነገሮች ይዘው ነበር የወጡት? ገጹ ግርጌ ያሉትን ቃሎች ከትክክለኛው ስዕል ጋር አዛምዱ።

ጌጣ ጌጥ	አህያ	በግ
ልብሶች	ማትዛሕ	

ቀይ ባሕርን መሻገር

በውሃ ውስጥ ቀይ ባሕርን እንደ ተሻገራቸሁ አስቡ። ያያቸሁትን ግለጹ።

እግዚአብሔር ለእናንተ መልካም ያደረገበትን ጊዜ ግለጹ።

ቀይ ባሕርን የመሻገር ስዕል ሳሉ።

መጽሐፍ ቅዱስ ውስጥ ይህን ተአምር የማገኘው የት ነው?

የግብፃውያን ጦርነት ሰረገላ

የጥንት ግብፃውያን ከጠላቶቻቸው ሲዋጉ በፈረሶች የሚሳብ ሰረገሎች ይጠቀሙ ነበር። እነዚህ ሰረገሎች አብዛኛውን ጊዜ የሚሠሩት ከእንጨትና ከቆዳ ሲሆን፣ ሁለት ሰዎች ብቻ (ነጂውንና ቀስት የሚወረውረውን) ነበር የሚይዙት። ከኢንተርኔት ወይም ከኢንሳይኪሎፒዲያ የግብፃውያንን የጦርነት ሰረገላ መመልከት ይቻላል። የግብፃውያን የጦርነት ሰረገላ አካሎች ለጥፍ። ሰረገላውን ከለር ቀቡ

1. ሰይፍ	4. የመሣሪያዎች መያዣ	7. ቀስት
2. የቀስት ደጋን	5. ዘንግ	
3. መሽከርከሪያ	6. ጦር	

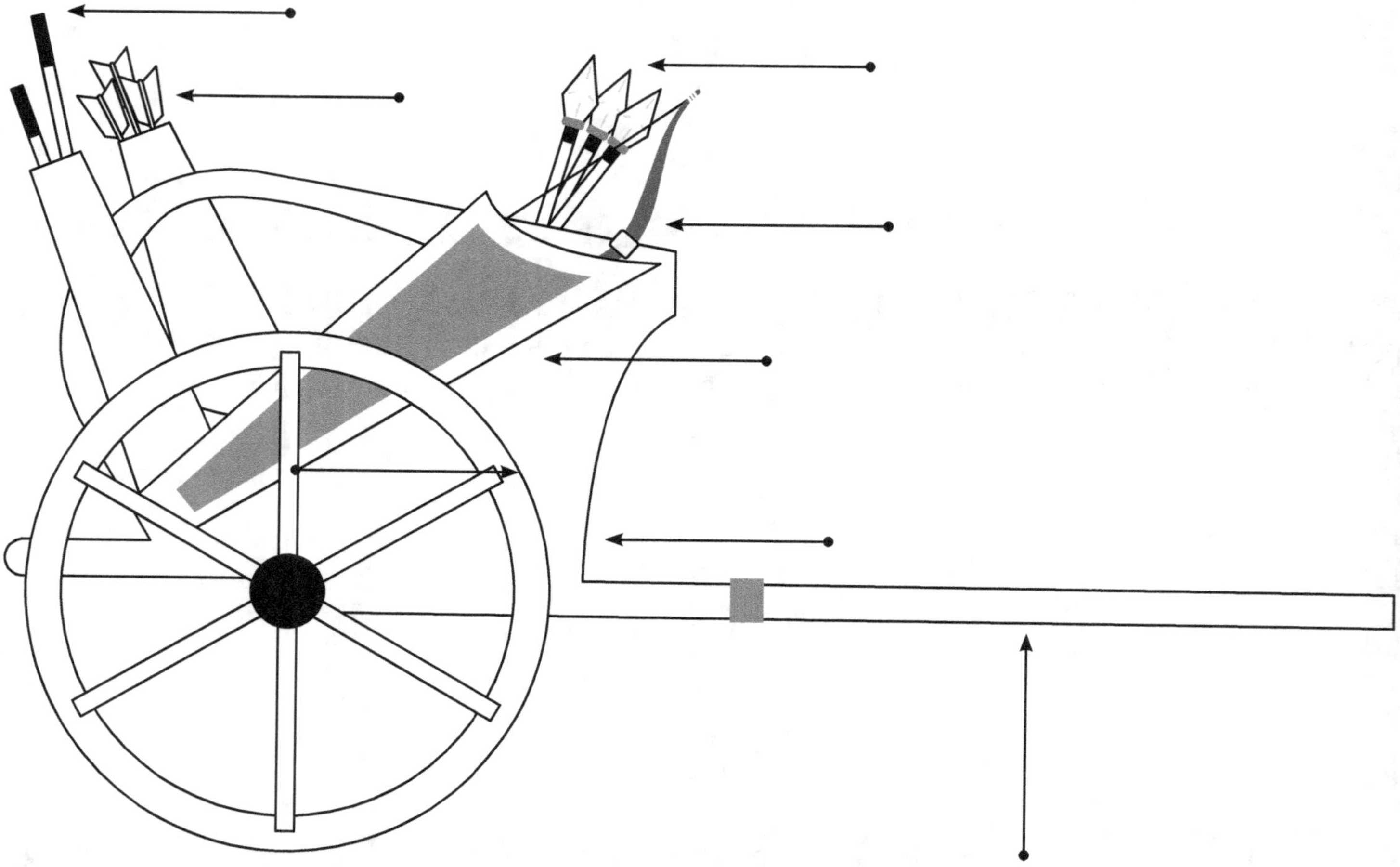

ቀይ ባሕርን መሻገር

ዘፀአት 14፥22 አንብቡ፤ ከታች ያለውን የመጽሐፍ ቅዱስ ጥቅስ ጻፉ።

....

....

....

1. እስከ ቀይ ባሕር እስራኤላውያንን ያሳደደ ማን ነው?

....

....

2. ሙሴ ባሕሩ ለሁለት እንዲከፈል ያዘዘው እንዴት ነው?

....

....

3. የግብፃውያን ሰራዊት ምን ሆነ?

....

....

ከታሪኩ ደስ የሚላችሁን ሳሉ።

የሙሴ ሕይወት የሚያስተም ረኝ ምንድነው?	እግዚአብሔር ሙሴን... ተጠቀመበት።
....	....
....	....

Jewish Voice Ministries International

የቀይ ባሕር ግኝት

እስራኤል ከግብፅ በወጡ ዘመን ግብፅ የሲናን ባሕረ ገብ መሬት ተቆጣጠር ነበር። በፍጥነት ከግብፃውያን ሰራዊት ለማምለጥና ከግብፅ ምድር ለመውጣት እስራኤላውያን ቀይ ባሕርን መሻገር ነበረባቸው። ቀይ ባሕርን ያቋረጡበት ትክክለኛ ቦታ የት እንደሆነ የመጽሐፍ ቅዱስ ምሁራን ክርክር አላቸው። አንዳንዶች በግብፅ ያለው ሲርቦኒስ ሐይቅ ነው ሲሉ፣ ሌሎች ደግሞ የተሻገሩት በስዊዝ ወደብ ወይም በቲራን መተላለፊያ ነው ይላሉ። አንዳንድ አርኬዎሎጂስቶች እስራኤላውያን ቀይ ባሕርን የተሻገሩት በሳዑዲ አረቢያ ባሕር ዳርቻ ፊት በሚገኘው የአካባ ባሕር ወሽመጥ በኑወይባ ባሕር ዳርቻ መሆኑን ያምናሉ። ይህ የባሕር ዳርቻ በጣም ትልቅ ከመሆኑ የተነሣ በሳተላይት ካርታ እንኳ ማየት ይቻላል። ጠላቂ ዋናተኞችና ሳይንቲስቶች በኑወይባ ባሕር ዳርቻና በሳዑዲ አረቢያ ባሕር ዳርቻ መካከል የተዘረጋውን የባሕር ውስጥ ድልድይ ያገኙት እዚህ ቦታ ነበር።

ይህም ብቻ ሳይሆን አርኪዎሎጂስቶች ዛጐል መሰል ነገሮች የሸፈኑዋቸው የሰረገላ መንኮራኩሮችና ባሕሩ ጥልቅ ውስጥ የእንስሳት ዐጽሞች አግኝተዋል! እነዚህ የሰረገላ መንኮራኩሮች ባሕሩ መደብ ላይ ተበታትነው ነበር የተገኙት። አንዳንዶች መንኮራኩሮች ከዘንጐቻቸው ጋር እንደ ተያያዙ ሲሆን፣ ሌሎቹ ተለያይተው ነበር። መንኮራኩሮች የሌሏቸው የሰረገላ ክፍሎችም ተገኝተው ነበር። ‹‹እግዚአብሔር... የሰረገላዎቹን መሽከርከሪያዎች አቈላለፈባቸው›› (ዘፀአት 14፡24-25)። የጭንቅላት አጥንቶችን፣ የዳሌ አጥንቶችንና ሰኮናዎችን ጨምሮ አርኬዎሎጂስቶች በዛጐል መሳይ ነገር የተሸፈኑ የሰዎችና የፈረሶችን አካል ክፍል አግኝተዋል።

ሰረገላውን ከለር መቀባት!

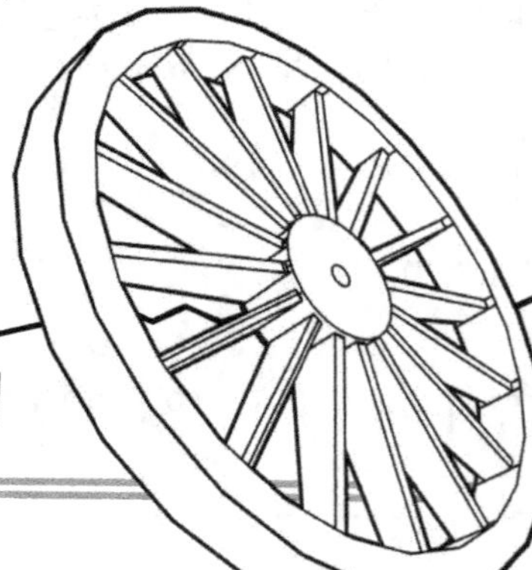

ኑወይባ ባሕር ዳርቻ የሚገኘው የት ነው?

....

ባሕሩ ወለል ላይ አርኬዎሎጂስቶች ምን ነበር ያገኙት?

....

Jewish Voice Ministries International

«እስራኤላውያን ...ለእግዚአብሔር በየብስ በባሕሩ ውስጥ አለፉ።»

(ዘፀአት 14፥22)

የመጽሐፍ ቅዱስ ጥቅስ መጻፍ

የደም መቅሠፍት

መጽሐፍ ቅዱሳችሁን ዘፀአት 7፥20 ላይ ክፈቱ። መስመሮቹ ላይ ጥቅሱን ጻፉ፤ ገጹ ግርጌ ላይ ያለውን ስዕል ከለር ለማድረግ የራሳችሁን አስተሳሰብ ተጠቀሙ።

....

....

....

....

....

....

Jewish Voice Ministries International

የእንቁራሪቶች መቅሠፍት

መጽሐፍ ቅዱሳችሁን ዘፀአት 8፥6 ላይ ክፈቱ። መስመሮቹ ላይ ጥቅሱን ጻፉ። ገጹ ግርጌ ያለውን ስዕል ከለር ለማድረግ የራሳችሁን አስተሳሰብ ተጠቀሙ።

....

....

....

....

....

....

....

የቅማል መቅሠፍት

መጽሐፍ ቅዱሳችሁን ዘፀአት 8፥17 ላይ ክፈቱ፡፡ መስመሮቹ ላይ ጥቅሱን ጻፉ፡፡ ገጹ ግርጌ ያለውን ስዕል ከለር ለማድረግ የራሳችሁን አስተሳሰብ ተጠቀሙ፡፡

....

....

....

....

....

....

Jewish Voice Ministries International

የዝንቦች መቅሠፍት

መጽሐፍ ቅዱሳችሁን ዘፀአት 8፡24 ላይ ክፈቱ። መስመሮቹ ላይ ጥቅሱን ጻፉ። ገጹ ግርጌ ያለውን ስዕል ከለር ለማድረግ የራሳችሁን አስተሳሰብ ተጠቀሙ።

....

....

....

....

....

....

....

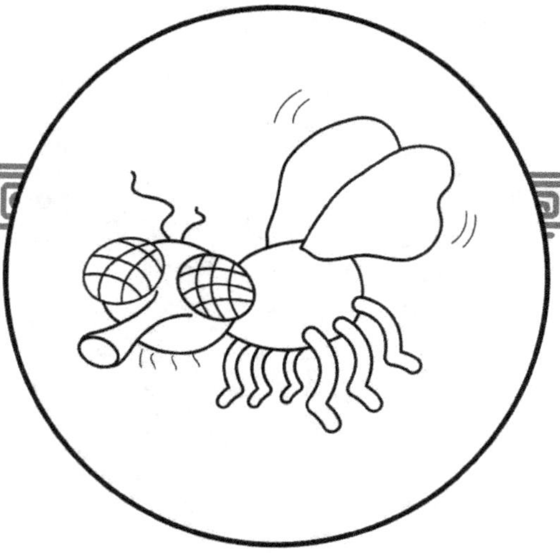

የግብፃውያን የቤት እንስሳት ሞት

መጽሐፍ ቅዱሳችሁን ዘፀአት 9፥6 ላይ ክፈቱ። መስመሮቹ ላይ ጥቅሱን ፃፉ። ገጹ ግርጌ ያለውን ስዕል ከለር ለማድረግ የራሳችሁን አስተሳሰብ ተጠቀሙ።

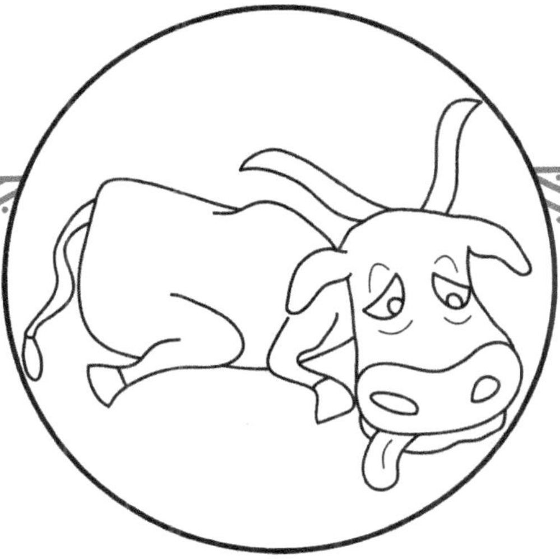

....

....

....

....

....

....

....

⸙⸙⸙⸙⸙⸙⸙⸙ የዕባጭ መቅሠፍት ⸙⸙⸙⸙⸙⸙⸙⸙

መጽሐፍ ቅዱሳችሁን ዘፀአት 9፥10 ላይ ክፈቱ። መስመሮቹ ላይ ጥቅሱን ጻፉ። ገጹ ግርግ ያለውን ስዕል ከለር ለማድረግ የራሳችሁን አስተሳሰብ ተጠቀሙ።

....

....

....

....

....

....

የበረዶ መቅሠፍት

መጽሐፍ ቅዱሳችሁን ዘፀአት 9፥23 ላይ ክፈቱ። መስመሮቹ ላይ ጥቅሱን ጻፉ።
ገጹ ግርጌ ያለውን ስዕል ከለር ለማድረግ የራሳችሁን አስተሳሰብ ተጠቀሙ።

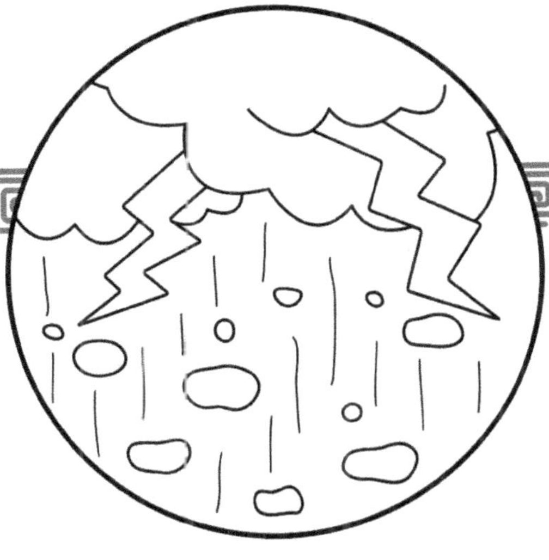

....

....

....

....

....

....

የአንበጦች መቅሠፍት

መጽሐፍ ቅዱሳችሁን ዘፀአት 10፥13 ላይ ክፈቱ። መስመሮቹ ላይ ጥቅሱን ጻፉ። ገጹ ግርጌ ያለውን ስዕል ከለር ለማድረግ የራሳችሁን አስተሳሰብ ተጠቀሙ።

የጨለማ መቅሠፍት

መጽሐፍ ቅዱሳችሁን ዘፀአት 10፡22 ላይ ክፈቱ። መስመሮቹ ላይ ጥቅሱን ጻፉ።
ገጹ ግርጌ ያለውን ስዕል ከለር ለማድረግ የራሳችሁን አስተሳሰብ ተጠቀሙ፡

Jewish Voice Ministries International

የመጀመሪያ ልጆች ሞት

መጽሐፍ ቅዱሳችሁን ዘፀአት 12፥29 ላይ ክፈቱ። መስመሮቹ ላይ ጥቅሱን ጻፉ።
ገጹ ግርጌ ያለውን ስዕል ከለር ለማድረግ የራሳችሁን አስተሳሰብ ተጠቀሙ፡

....

....

....

....

....

....

....

የእጅ ሥራዎችና ፕሮጀክቶች

Jewish Voice Ministries International

የመጽሐፍ ቅዱስ ጥቅስ ማዛመድ

ዘፀአት 1፥1-2፤10 አንብቡ። እያንዳንዱን ገጸ ባሕርይ ከለር ቀብታችሁ ቁረጡ። ጥቅሱን ከገጸ ባሕርዩ ጋር አዛምዱ።

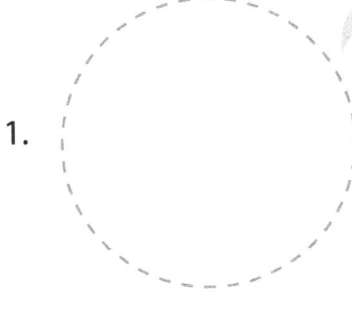

1. ‹‹እነሆ እስራኤላውያን በቁጥር በልጠውናል፤ ከእኛም ይልቅ እየበረቱ ነው!›› —ዘፀአት 1፥9

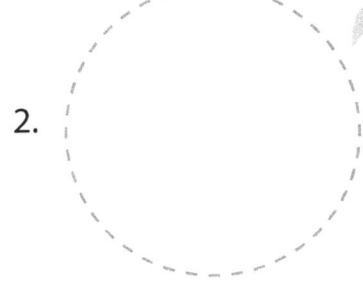

2. ‹‹ሕፃኑን እያጠባች የምታሳድግልሽ ከዕብራውያን ሴቶች ሞግዚት ላምጣልሽን?›› —ዘፀአት 2፥7

3. ‹‹ይህን ሕፃን ወስደሽ እያጠባሽ አሳድጊልኝ፤ ደመወዝ እከፍልሻለሁ።›› —ዘፀአት 2፥9

4. ‹‹የደንገል ቅርጫት ወስዳ... ቅርጫቱን ዐባይ ወንዝ ዳር ቄጤማ መካከል አስቀመጠችው።›› —ዘፀአት 2፥3

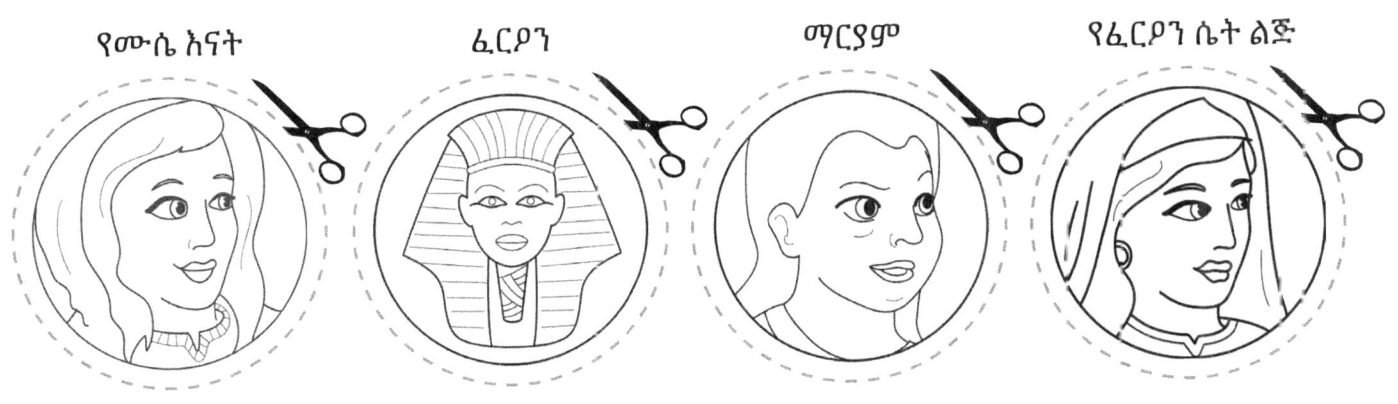

የሙሴ እናት

ፈርዖን

ማርያም

የፈርዖን ሴት ልጅ

Jewish Voice Ministries International

የሲና ተራራ

ሙሴ የዮቶርን መንጋዎች የሚጠብቀው ሲና ተራራ አጠገብ ነበር። ሙሴንና እንስሶቹን ከለር ቀብታችሁ ቁረጡ። ተራራው ላይ ለጥፏቸው።

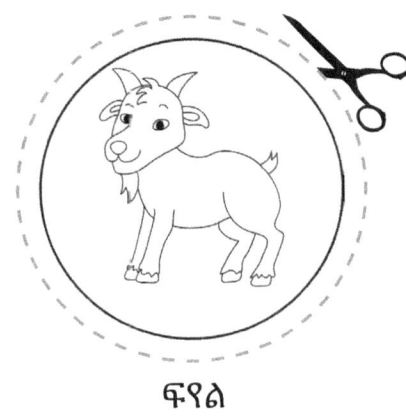

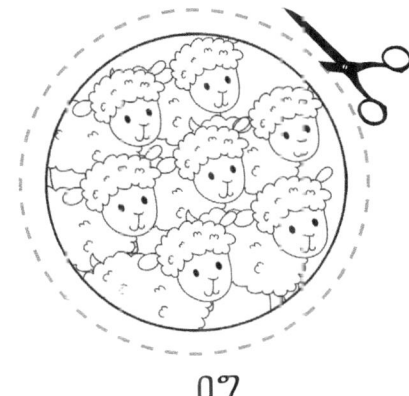

ሙሴ

ፍየል

በግ

Jewish Voice Ministries International

የራስህን የአሥር መቅሠፍቶች ደብተር ሥራ

የሚያስፈልጉህ፦

1. ባለ 8››x10›› ፋይል መያዣ
2. የአሥሩ መቅሠፍቶች ትንሽ ደብተር (የሚቀጥሉትን ገጾች ተመልከት)
3. ቀለም ደማቅ እርሳስ ወይም ከለር
4. መቀስ
5. ጠንካራ ሙጫ ወይም ፕላስተር

መመሪያዎች፦

1. የ8››x10›› ፋይል መያዣ መጠቀም፤ ማጠፍና መያዣውን መክፈት
2. የመያዣውን ቀኝ ማዕከል ማግኘትና መስመሩን ተከትሎ በቀኝ በኩል ማጠፍ
3. የመያዣውን ግራ ማዕከል ማግኘትና መካከሉን በቁመት ማጠፍ። ሁለቱ መስመሮች መሐል ላይ ይገናኛሉ።
4. አሥሩ መቅሠፍቶችን የያዘ ደብተር መሥራት (የሚቀጥሉትን ገጾች ማየት)። ደብተሩን ከለር እንዲቀቡና እንዲቆርጡ ለልጆቹ መናገር። በእያንዳንዱ ደብተር ከመቅሠፍቱ ጋር የሚዛመድ ጥቅስ መጻፍ።
5. ልጆቹ ደብተራቸው ላይ እንዲለጥፉ መንገር።

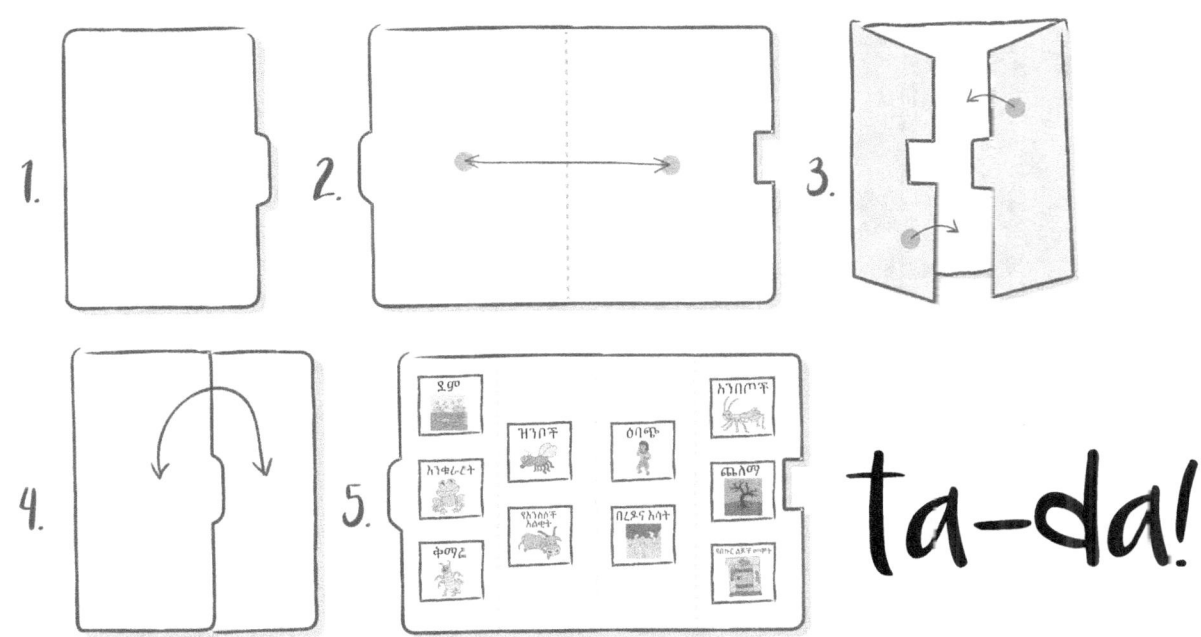

ta-da!

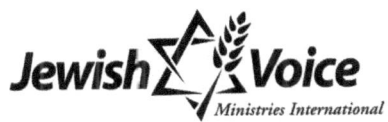

	ደም
	እንቁራሪት
	ቅማል

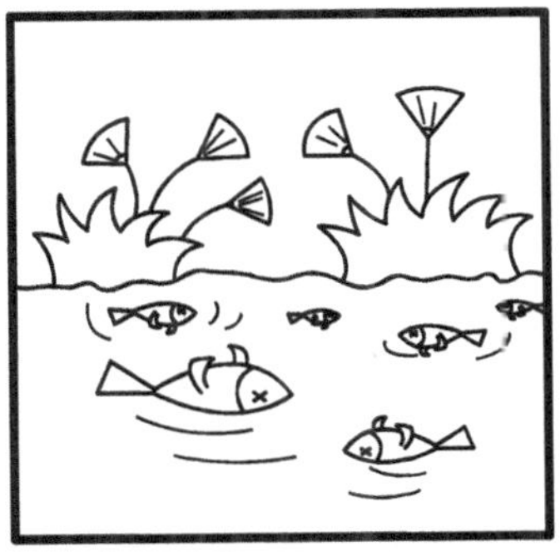

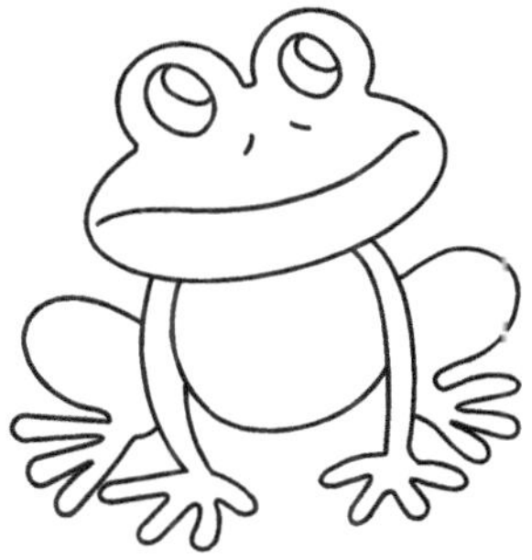

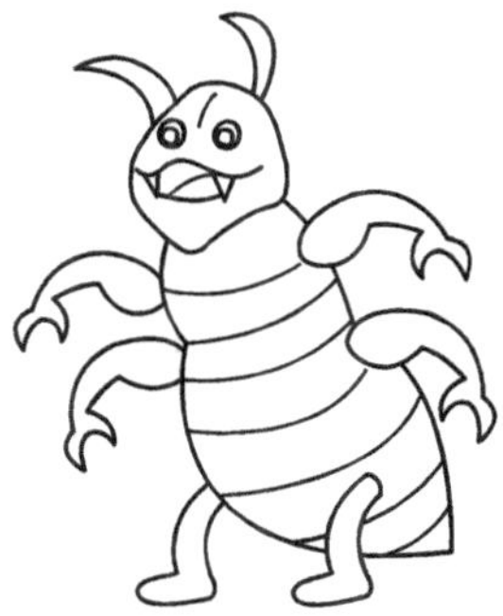

	ዝንቦች 
	የእንስሶች እልቂት 
	ዕባጭ 

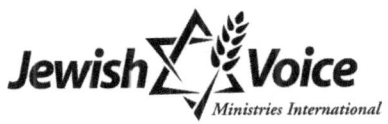

Jewish Voice Ministries International

	በረዶና እሳት
	አንበጦች
	ጨለማ

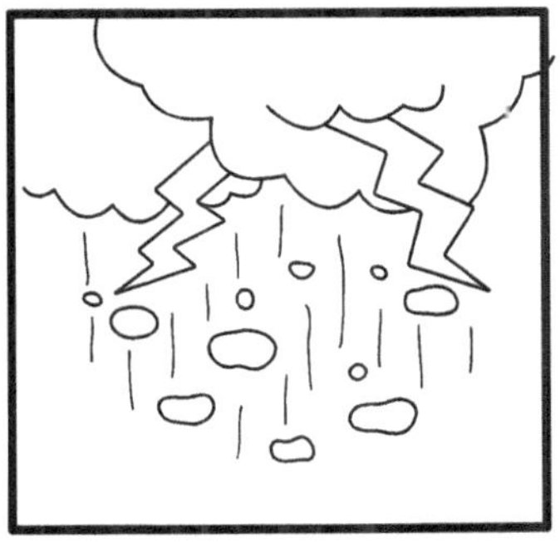

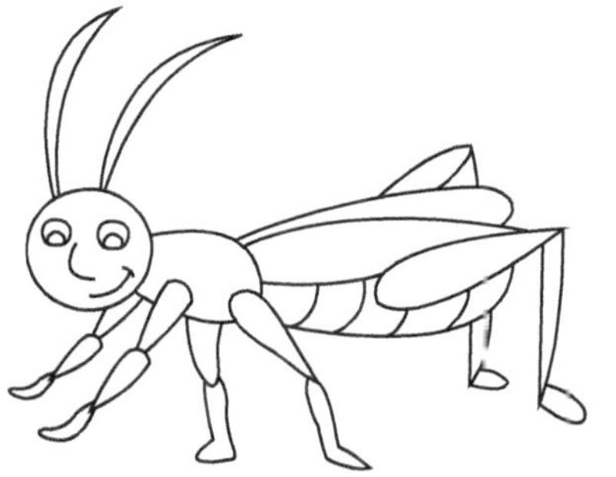

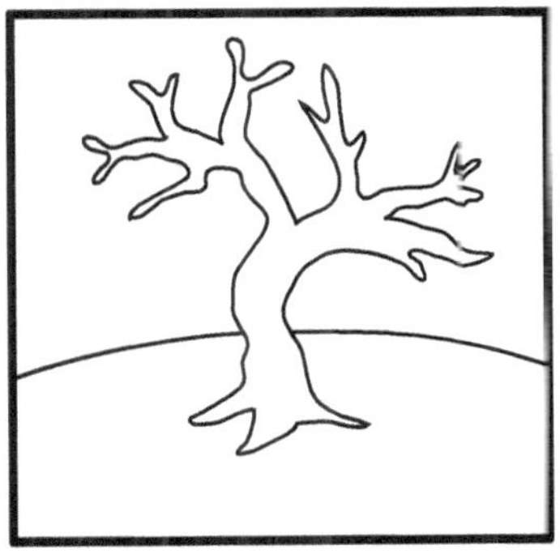

የበኩር ልጆች መሞት

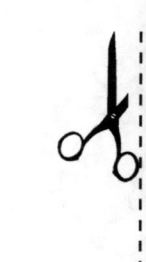

የፋሲካ ምግብ

ዘፀአት 12፥1-13 አንብቡ። ግብፅን ለቀቀው ከመውጣታቸው በፊት የተለየ ዓይነት ምግብ እንዲበሉ እግዚአብሔር ለእስራኤል ሕዝብ ተናገረ። ምን ዓይነት ምግብ ነበር የበሉት? ምግቡን ከለር ቀባ፤ ቀድደህ አውጣ። ሳህኑ ላይ አኑራቸው። እያንዳንዱ ምግብ ላይ ዐይነቱን ጻፍ።

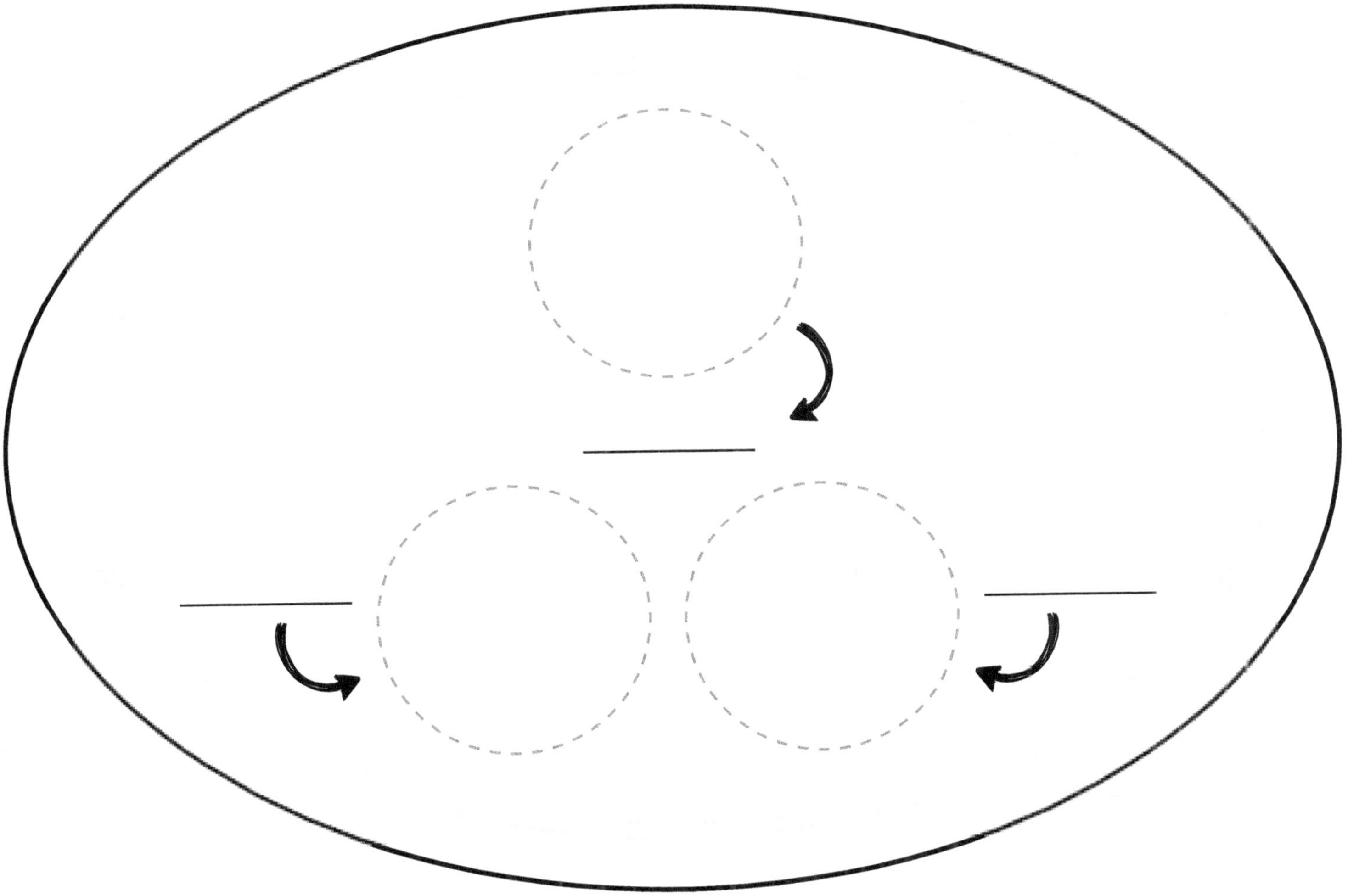

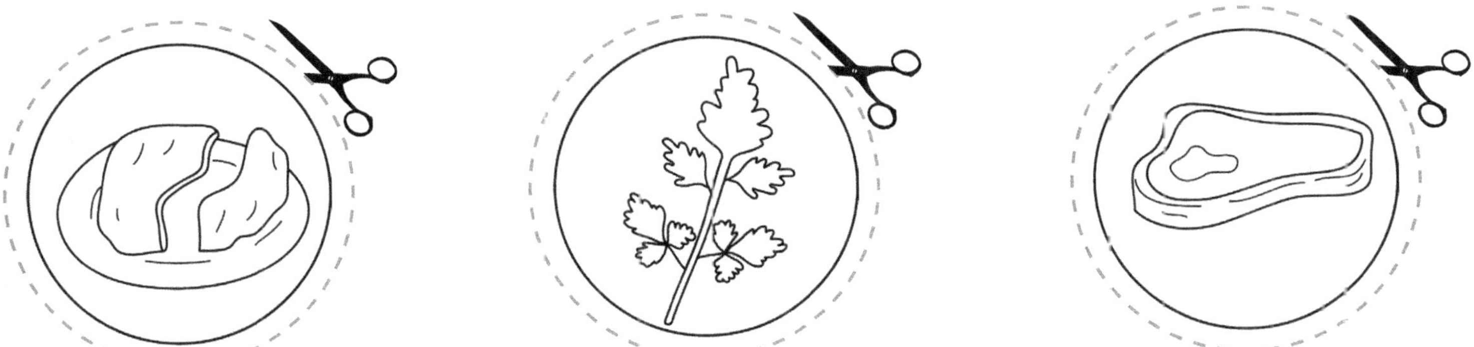

ከአሥሩ መቅሠፍቶች የራስህን የአንገት ሐብል መሥራት

የሚያስፈልጉህ፦

1. የአሥሩ መቅሠፍቶች ስዕል (ቀጥሎ ካሉት ገጾች ተመልከት)
2. ቀለም፣ ደማቅ እርሳስ ወይም ከለር
3. መቀስ ወይም መብሻ
4. ሲባጎ ወይም ክር

መመሪያዎች፦

1. ልጆቹ የአሥሩ መቅሠፍቶችን ስዕል ከለር እንዲቀቡ አድርግ።
2. ስዕሎቹን ቀዶ ማውጣት (ምናልባት ልጆቹ እዚህ ላይ እርዳታ ይፈልጉ ይሆናል)።
3. እያንዳንዱ ክብ ላይ ቀዳዳ ለማድረግ መብሻ ወይም መቀስ ተጠቀሙ።
4. የአሥሩ መቅሠፍቶች ሐብል ለመሥራት ክቦቹን በሲባጎ ወይም በክር አያይዙ።

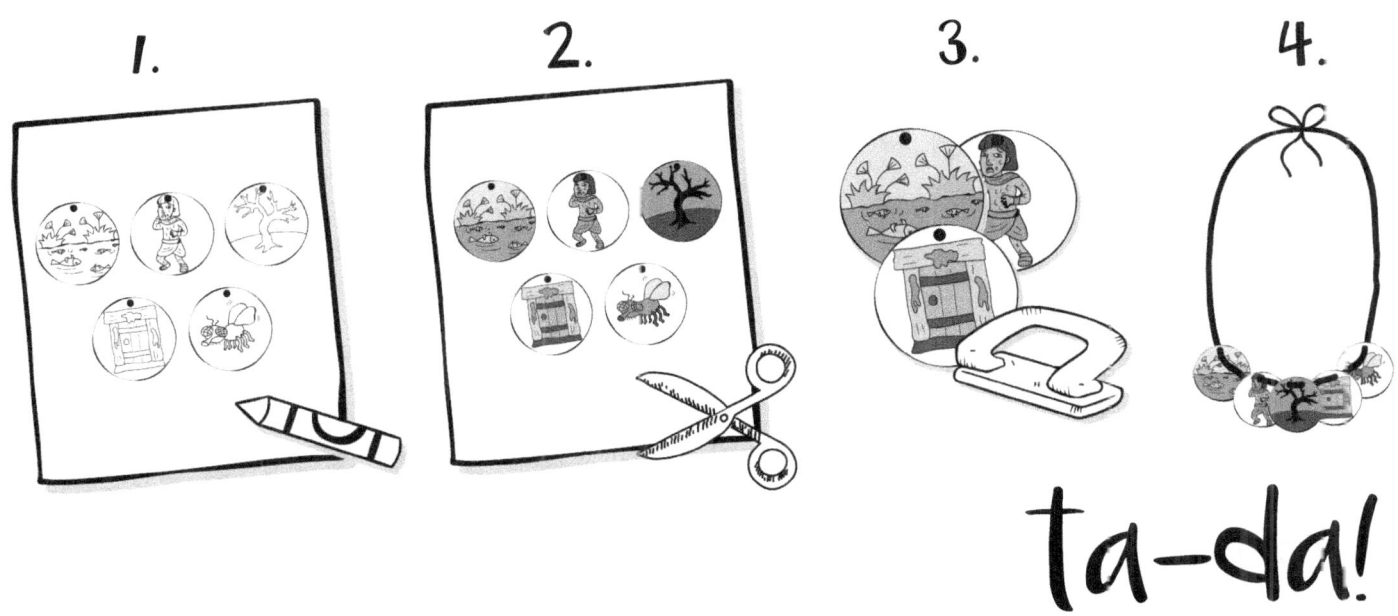

ta-da!

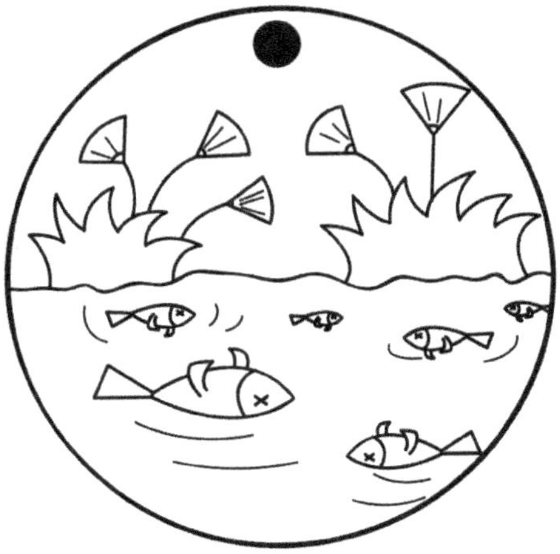

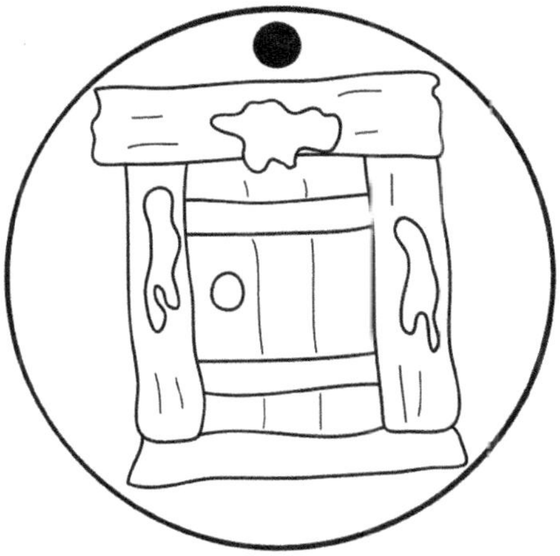

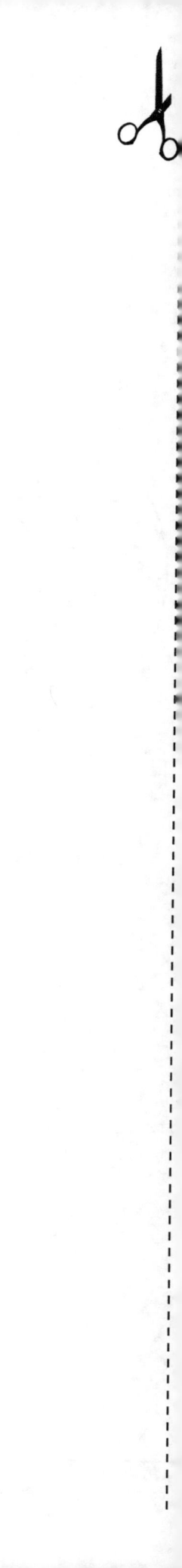

Jewish Voice Ministries International

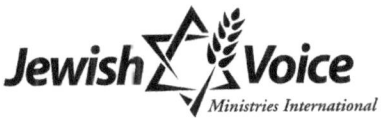

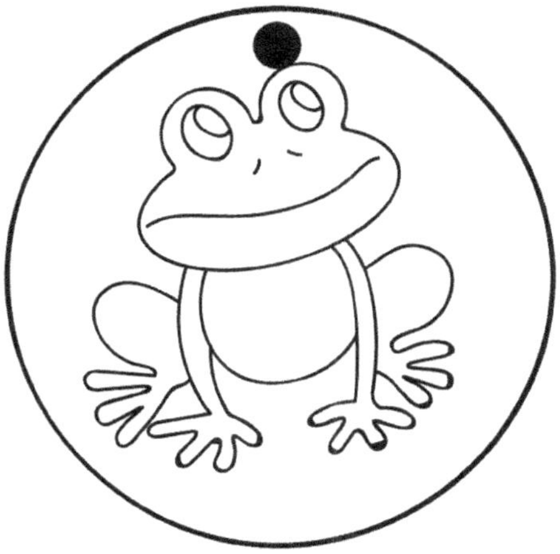

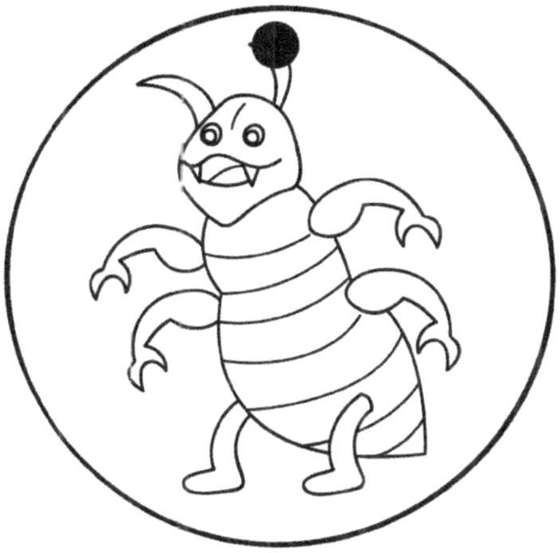

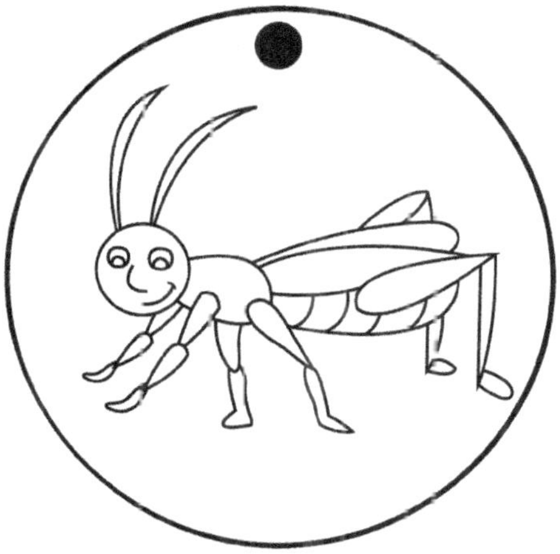

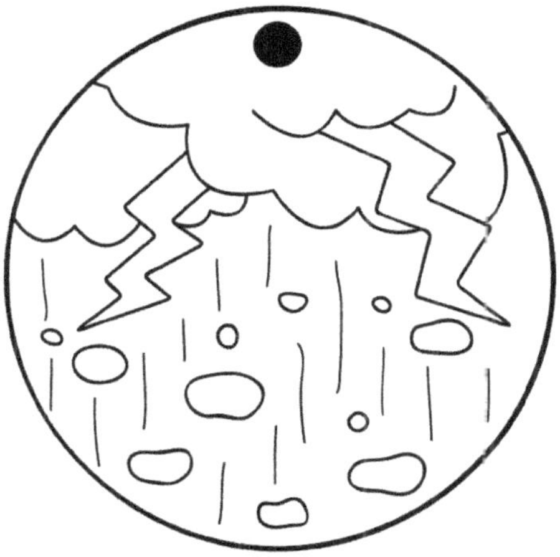

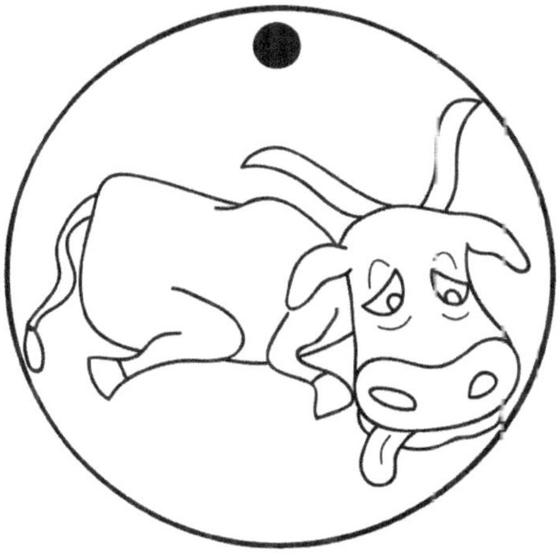

መልሶቹ

ትምህርት አንድ፡- ሙሴና ልዕልቷ
ትምህርቱን እንከልስ፡-

1. ሌዊ
2. ከግብፃውያን ይልቅ የዕብራውያን ቁጥር በዛ፤ አንድ ቀን ዕብራውያን ልጆች አድገው ከጠላቶቹ ጋር እንዳይተባበሩ ፈርዖን ፈራ።
3. የሙሴ እናት በቅርጫት አድርጋ ዐባይ ወንዝ ዳር አኖረችው።
4. የሙሴ እኅት ማርያም
5. ዕብራዊውን ልጅ ዕብራዊ ሴት እንድታጠባው የፈርዖን ልጅ ስለ ፈለገች።

አጭር የመጽሐፍ ቅዱስ ጥያቄ፡- ሙሴና ልዕልቷ

1. ሌዊ
2. ሦስት ወር
3. ቅርጫት
4. በወንዝ ቀጤማ
5. ‹‹ይህ ከዕብራውያን ሕፃናት አንዱ መሆን አለበት።››
6. የሙሴ እናት
7. እንደ ራስዋ ልጅ እንድታሳድገው ወደ ፈርዖን ልጅ ወሰደችው።
8. ሙሴ
9. ምክንያቱም፣ ‹‹ከውሃ አውጥቼዋለሁና›› ስላለች
10. የግብፅ ምድር

የተበታተነ የመጽሐፍ ቅዱስ ቃል፡- እንደ ልጇ ሙሴን ያሳደገች ማን ናት?

ሕፃኑ ባደገ ጊዜ ወደ ፈርዖን ልጅ አመጣችው፤ እርሱም ልጇ ሆነ።

ጥናታዊ መሥሪያ ገጽ፡- የጌሤም ምድር

1. አርኬዎሎጂስቶች በከነዓን (የዕብራውያን አገር) ጥቅም ላይ ይውሉ ከነበሩ ጋር የሚመሳሰሉ መሳሪያዎችና የሸክላ ዕቃዎች አግኝተዋል። ጠባብ መንገዶችና መተላለፊያዎች እንዲሁም ከሸክላ የተሠሩ ሕንፃዎች የነበሩበት ከተማ የሚያሳይ ፍርስራሽም አግኝተዋል። ‹‹ሀ›› ቅርጽ ያላቸው ወለሎች ንድፍና የሕንፃዎቹ ግድግዳዎች፣ ዕብራውያን በከነዓን ምድር ይሠሯቸው ከነበሩ ቤቶች ጋር በጣም ተመሳሳይ ነበሩ።

መልስ መስጠት፤ ከለር መቀባት፡- ዕብራውያን ባርያዎች

1. ዕብራውያን በቁጥር እንዳይበዙ፣ ከግብፃውያን ጠላቶች ጋር እንዳይተባበሩና ግብፃውያንን እንዳይወጉ ፈርዖን ፈርቶ ነበር።
2. እንደ ባርያዎች እንዲሠሩ አደረገ
3. ማንኛውንም ዕብራዊ ሕፃን መግደል

የመጽሐፍ ቅዱስ ጥቅስ ማዛመድ

1= ፈርዖን 2 = ማርያም፣ 3 = የፈርዖን ልጅ፣ 4 = የሙሴ እናት

ትምህርት ሁለት፡- እየነደደ የነበረው ቁጥቋጦ
ትምህርቱን እንከልስ፡-

1. ሙሴ ግብፃዊ ሰው ገደለ። ሙሴ ያደረገውን ፈርዖን ሲሰማ፣ ሙሴን መግደል ፈለገ። ስለዚህ ሙሴ ወደ ምድያም ምድር ሸሸ።
2. ሙሴ በምድያም ምድር እረኛ ነበር።
3. ቁጥቋጦው እየነደደ ነበር፤ ግን አልተቃጠለም።
4. ሙሴ በተቀደሰ ምድር ላይ ነበር የቆመው
5. ወደ ግብፅ ተመልሶ ዕብራውያንን ነጻ ማውጣት ነበረበት

አጭር የመጽሐፍ ቅዱስ ጥያቄ፡- ሙሴ ወደ ምድያም ሸሸ

1. አንድ ግብፃዊ ሰው ዕብራዊውን ሲደበድብ ሙሴ አየ
2. ፈርዖን ሙሴን መግደል ፈለገ
3. የምድያም ምድር
4. የውሃ ጉድጓድ አጠገብ
5. ሙሴ
6. ከቤተ ሰቡ ጋር ምግብ እንዲበላ ጋበዘው
7. ሲፓራ
8. ጌርሳም
9. የምድያም ካህንና እረኛ
10. የዮቶርን መንጋዎች ይጠብቅ ነበር

ከለር የሚቀባ፡- እየነደደ የነበረው ቁጥቋጦ

1. የእግዚአብሔር መልአክ
2. ሙሴ ጫማውን አወለቀ
3. በጣም ፈራ

ቃሉ ምን ይላል?

‹‹እግዚአብሔር እንዲህ አለ፣ ‹‹በግብፅ አገር የሚኖሩትን የሕዝቤን መከራ አይቻለሁ፤ ከግብፃውያን ጭካኔ የተነሣ የሚያሰሙትንም ጩኸት ሰምቻለሁ፤ ሕዝቤን ከግብፃውያን ለማዳን እወርዳለሁ። ከዚያ ምድር አውጥቼ ከመከራቸው ነጻ ወደሚሆኑበት መልካም ምድር እመራቸዋለሁ። ብዙ መልካም ነገሮች የሞሉበት ምድር ነው። በዚያ ምድር ከነዓናውያን፣ ኬጢያውያን፣ አሞራውያን፣ ፌርዛውያን፣ አዊያውያን፣ ኢያቡሳውያን የሚባሉ የተለያዩ ሕዝቦች ይኖራሉ። የእስራኤላውያንን ጩኸት ሰምቻለሁ፤ ግብፃውያን የሚያደርሱባቸውንም መከራ አይቻለሁ። ስለዚህ ወደ ፈርዖን እልክሃለሁ። ሂድ! ሕዝቤ እስራኤላውያንን ከግብፅ አውጣ። ሙሴ ለእግዚአብሔር እንዲህ አለ፤ ‹‹እኔ ታላቅ ሰው አይደለሁም! ታዲያ፣ እንዴት ወደ ፈርዖን መሄድና እስራኤላውያንን ከግብፅ ማውጣት እችላለሁ?

‹‹እግዚአብሔርም፣ ‹‹እኔ ከአንተ ጋር ስለምሆን ትችላለህ። እኔ አንተን እንደላክሁህ ማስረጃው ይህ ነው - ሕዝቡን ከግብፅ ካወጣህ በኋላ፣ መጥታችሁ በዚህ ተራራ ታመልኩኛላችሁ›› አለው። ሙሴም እግዚአብሔርን፣ ‹‹ወደ እስራኤላውያን ሄጄ፣ ‹‹የአባቶቻችሁ አምላክ ላከኝ ብላቸው ስሙ ማን ነው? በማለት ይጠይቁኛል፤ ምን ብዬ ልንገራቸው?›› አለው። እግዚአብሔር ሙሴን፣ ‹‹እኔ ያለሁና የምኖር ነኝ›› ብለህ ንገራቸው። ወደ እስራኤላውያን ስትሄድ፣ ‹‹ያለና የሚኖር ልኮኛል›› በላቸው፡ ፡ እግዚአብሔር ሙሴን፣ ‹‹የአባቶቻችሁ አምላክ - የአብርሃም፣ የይስሐቅና የያዕቆብም አምላክ እንደ ላከህ ንገራቸው። ሁልጊዜ ስሜ ይህ ነው።››

ትምህርት ሦስት፡- መቅሠፍቶቹ
ትምህርቱን እንከልስ፡-

1. ሙሴና አሮን
2. እግዚአብሔር የፈርዖንን ልብ አጠነከረ።
3. እሳት
4. ሦስት ቀን
5. በጌሤም ምድር ይኖሩ የነበሩ ዕብራውያ

አጭር የመጽሐፍ ቅዱስ ጥያቄ፡- መቅሠፍቶቹ

1. ውሃ ወደ ደም ተለወጠ
2. ውሃውን ወደ ደም መለወጥና እንቁራሪቶች
3. ዝንቦች
4. ዕባጭ
5. ዘፀአት
6. ጨለማ
7. የመጀመሪያ ልጅ ሞት
8. አሥር
9. ጌታ
10. የደጃፋቸውን መቃንና ጉበን በበጉ ደም ቀቡ

ጥናታዊ መሥሪያ ገጽ - ሙሴና አሮን በፈርዖን ፊት

1. በሙሴ ቦታ ለፈርዖን እንዲናገር
2. አሮን በትሩን ወደ መሬት ሲጥል እባብ ሆነች። ከዚያም የአሮን በትር የግብፃውያን አስማተኞችን በትር ዋጠች።
3. እርሱ እግዚአብሔር መሆኑን እንዲያውቁ የእግዚአብሔርን ኀይል በግብፃውያን ፊት ለማሳየት

ከለር የሚቀባ፡- ፈርዖን

1. የግብፅ ምድር
2. እግዚአብሔር የፈርዖንን ልብ አጠነከረ
3. ፈርዖን ጥበበኛ ሰዎቹን፣ ሟርተኞችና አስማተኞችን ጠራ

ጥናታዊ መሥሪያ ገጽ፡- የግብፃውያን አማልክት

1. ከሌቦች ለመከላከል መቃብር ውስጥ አስማታዊ ጽሑፎች ይጻፉ ነበር፤ የታመሙትን ለማከም ወይም ሰዎችን ለመጉዳት ድግምትና፣ ጥንቈላዎች ይጠቀሙ ነበር።
2. መቅሠፍቶቹ የግብፅን ምድር አጠፉ፤ የፈርዖንን የመጀመሪያ ወንድ ልጅ ጨምሮ ብዙ ሰዎች ገደሉ። ምናልባት ፈርዖን በመጨረሻ ዕብራውያን ከግብፅ እንዲወጡ የፈቀደው በዚህ ምክንያት ይሆን?

መሥሪያ ገጽ፡- የተበታተኑ መቅሠፍቶች ማሰባበሰብ

ደም፣ እንቁራሪቶች፣ ቅማል፣ ዝንቦች፣ የቤት እንስሳት ሞት፣ ዕባጭ፣ በረዶ፣ አንበጣ፣ ጨለማ፣ ሞት

መልስ መስጠት፤ ከለር መቀባት

1. ደም
2. እንቁራሪቶች
3. ቅማል
4. ዝንቦች
5. የግብፃውያን የቤት እንስሶች ሞት
6. ዕባጭ
7. በረዶ
8. አንበጦች
9. ጨለማ
10. የመጀመሪያ ልጆች ሞት

ትምህርት አራት፡- ፋሲካ
ትምህርቱን እንከልስ፡-

1. የመጀመሪያ ወንዶች ልጆችና እንስሳት ሞት
2. የበግ ጠቦትና መራራ ቅጠል
3. አንድ ዓመት የሞላው ተባዕት ጠቦት
4. ያልቦካ ቂጣ (ማትዛሕ)
5. የደጃፋቸው መቃንና ጉበን ደም መቀባት

ቃሉ ምን ይላል

እግዚአብሔር ሙሴንና አሮንን በግብፅ እንዲህ አላቸው፤ ‹‹ይህ ወር ለእናንተ የወር መጀመሪያ፣ የዓመቱም መጀመሪያ ይሁንላችሁ። ለመላው የእስራኤል ሕዝብ ይህን ንገሩ፤ ይህ ወር በገባ በአሥረኛው ቀን እያንዳንዱ ሰው አንዳንድ ጠቦት ለቤተ ሰቡ፤ አንዳንድ ጠቦት ለአባቱ ቤት ያዘጋጅ። ማንኛውም ቤተ ሰብ ለአንድ ሙሉ ጠቦት ቁጥሩ አነስተኛ ከሆነ፣ በጐረቤት ያሉትን ሰዎች ቁጥር እስከ ቅርብ ከሆነው ጋር ማካፈል ይኖርበታል፤ እያንዳንዱ ሰው በሚበላው መጠንም ምን ያህል ጠቦት እንደሚያስፈልግ መወሰን ይኖርባችኋል። የምትመርጡት ጠቦት በግ ወይም ፍየል ሊሆን ይችላል። ነገር ግን ምንም ነውር የሌለበትና አንድ ዓመት የሞላው ተባዕት መሆን አለበት፤ ወሩ

በገባ እስከ አሥራ አራተኛው ቀን ጠብቋቸው። በዚያም ምሽት ጀምበር ስትጠልቅ የእስራኤል ሕዝብ ሁሉ ይረዷቸው። ከዚያም ከደሙ ወስደው የጠቦቶቹ ሥጋ የሚበላበት የእያንዳንዱን ቤት ደጃፍ መቃንና ጉበን ይቀቡ። ሥጋውንም በዚያቸው ሌሊት በእሳት ላይ ጠብሰው ከመራራ ቅጠልና ካልቦካ ቂጣ ጋር ይብሉት። ጥሬውን ሥጋ ወይም ቀቅሉን አትብሉ፤ ነገር ግን ጭንቅላቱን፣ እግሮቹንና ሆድ ዕቃውን በእሳት ላይ ጠብሳችሁ ብሉት፤ ከሥጋው ተርፎ አይደር፤ ያደረ ቤት ቢኖር ግን በእሳት ይቀጠል።

መሥሪያ ገጽ፡- የመጀመሪያ ፋሲካ

1. የበግ ጠቦት አርደው (ተባዕት አንድ ዓመት የሆነው) ደሙን የቤታቸው ደጃፍ መቃንና ጉበን ላይ እንዲያደርጉ ሙሴ ለእስራኤል ሽማግሌዎች ተናገረ። በዚያ ሌሊት ጠቦቱን ከልቦካ ቂጣና መራራ ቅጠል ጋር ይበሉታል።
2. ለዘላለም
3. ጠቦት በግ፣ መራራ ቅጠልና ያልቦካ ቂጣ

ከለር የሚቀባ፡- ሙሴ

1. ፈርዖን
2. ለእግዚአብሔር መመሪያ በመታዘዝ የቤታቸውን መቃንና ጉበን ደሙን በመቀባት።
3. ለዘላለም፣ ለትውልድ ዘመን ሁሉ

ትምህርት አምስት፡- ቀይ ባሕርን መሻገር
ትምህርቱን እንከልስ፡-

1. የግብፃውያን ጌጣ ጌጥ፣ ልብሶች መንጋዎችና ያልቦካ ቂጣ
2. በሌሊት የእሳት ዐምድ፣ በቀን የደመና ዐምድ
3. እጁን ባሕሩ ላይ እንዲዘረጋ እግዚአብሔር ለሙሴ ነገረው
4. በሁለት የውሆች ግድግዳዎች መካከል በየብስ ተሻገሩ
5. ግብፃውያን ባሕር ውስጥ ሰጠሙ

አጭር የመጽሐፍ ቅዱስ ጥያቄ፡- ቀይ ባሕርን መሻገር

1. ሙሴ
2. መሣሪያዎች፣ የግብፃውያን ጌጣ ጌጥና የዮሴፍን ዐጥንት
3. የእግዚአብሔር መልአክ፤ በደመና ወይም በእሳት ዐምድ
4. የግብፃውያን ሰራዊት
5. በሚግዶልና በባሕሩ መካከል፣ በበዓል ዜፎን ፊት ለፊት ባለው ፊሒሮት
6. በትሩን አነሣ፤ እጁን በባሕሩ ላይ ዘረጋ
7. ቀይ ባሕር
8. መንኩራኩሮቹንና ሰረገሎቹን አቆላለፈባቸው
9. ባሕር ውስጥ ሰጠሙ
10. ለእግዚአብሔር መዝሙር ዘመሩ

መሥሪያ ገጽ፡- ሙሴ ማን ነበር?

1. የፈርዖን ልጅ ሙሴን እንደ ልጇ አሳደገችው
2. ሙሴ ግብፃዊ ገደለ፤ ስለዚህ ወደ ምድያም ምድር ሸሸ
3. የእስራኤልን ሕዝብ ነጻ እንዲያወጣ እግዚአብሔር ሙሴን ወደ ግብፅ ምድር ላከው
4. ሙሴ ጌርሳም እና አልዓዛር የሚባሉ ሁለት ወንዶች ልጆች ነበሩት
5. ልጆች ይህን ጥያቄ እንዲመልሱ ጠይቋቸው፤ መልሶቹ ሊለያዩ ይችላሉ።
6. ሙሴን የሚገልጹ አምስት ቃሎች፡- ልጆቹ ይህን ጥያቄ እንዲመልሱ ጠይቋቸው፤ መልሶቹ ሊለያዩ ይችላሉ።

የመሥሪያ ገጽ፡- የግብፃውያን የጦርነት ሰረገላ

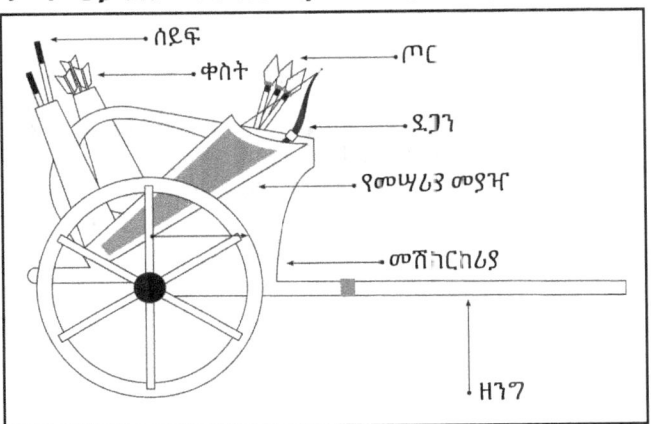

ከለር የሚቀባ፡- ቀይ ባሕርን መሻገር

1. ግብፃውያን
2. ሙሴ በትሩን አነሣ፤ እጁን ባሕሩ ላይ ዘረጋ
3. ባሕሩ ውስጥ ሰጠሙ

ጥናታዊ መሥሪያ ገጽ፡- ቀይ ባሕር ላይ የተደረገ ጥናት?

1. የዘመኑ ግብፅ፣ በሳዑዲ ዐረቢያ ባሕር ዳርቻ ፊት ለፊት በሚገኘው የአካባ ባሕረ ሰላጤ
2. ዘገሎል መሳይ ነገር የሸፈናቸው መንኮራኩሮች፣ የእንስሳትና የሰዎች ዐጥንቶች

Jewish Voice Ministries International

www.jewishvoice.org

BIG BEND
NATIONAL PARK
ACTIVITY BOOK

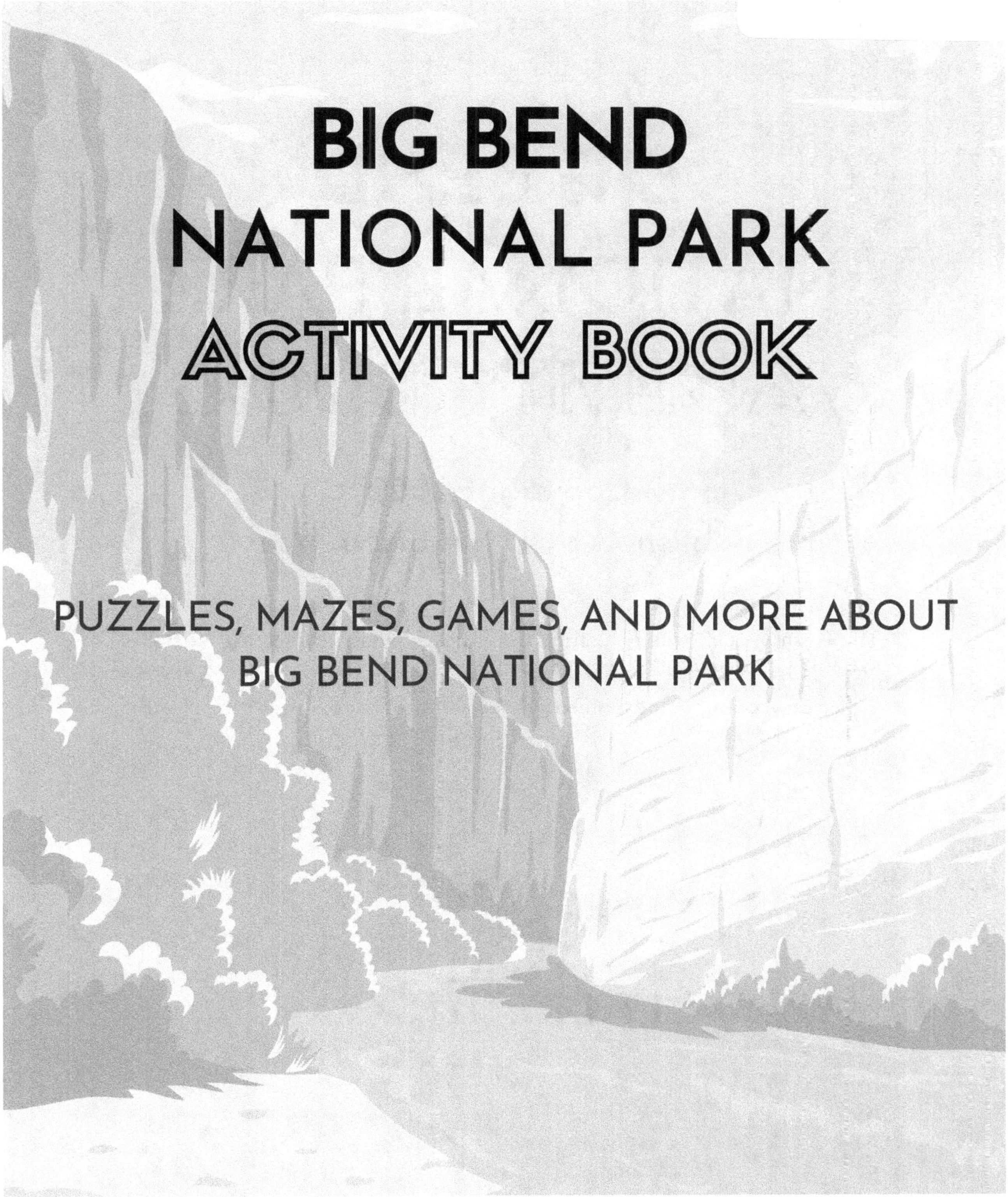

PUZZLES, MAZES, GAMES, AND MORE ABOUT
BIG BEND NATIONAL PARK

NATIONAL PARKS ACTIVITIES SERIES

BIG BEND NATIONAL PARK ACTIVITY BOOK

Copyright 2022

Published by Little Bison Press

The author acknowledges that the land on which Big Bend National Park is located are the traditional lands of Ndé Kónitsąąíí Gokíyaa (Lipan Apache), Mescalero Apache, Jumanos, Coahuiltecan, and Chiso Tribes.

LITTLE BISON Press

For more free national parks activities, visit www.littlebisonpress.com

About Big Bend National Park

Big Bend National Park is big, remote, and teeming with plants and animals of all kinds. It is located in the state of Texas. The 800,000-acre national park contains three basic habitats: river, desert, and mountains.

Big Bend National Park is famous for being the largest protected area of the Chihuahuan Desert in the United States. The wild and scenic Rio Grande forms the park's southern boundary and it contains a complete mountain range - the Chisos. The park boasts more types of birds, bats, butterflies, ants, scorpions, and cacti than any other national park in the US!

Big Bend National Park shares a border with Mexico for over 100 miles. Park visitors can take the opportunity to visit Mexico through the Boquillas Crossing Port of Entry.

Big Bend National Park is famous for:
- the largest protected area of the Chihuahuan Desert
- The Rio Grande and Chisos mountain range
- thousands of species of plants and animals
- Boquillas Crossing Port of Entry

Hey, I'm Parker!

I'm the only snail in history to visit every National Park in the United States! Come join me on my adventures in Big Bend National Park.

Throughout this book, we will learn about the history of the park, the animals and plants that live here, and and things to do if you ever visit in person. This book is also full of games and activities!

Last but not least, I am hidden 9 times on different pages. See how many times you can find me. This page doesn't count!

Big Bend Bingo

Let's play bingo! Cross off each box you are able to during your visit to the national park. Try to get a bingo down, across, or diagonally. If you can't visit the park, use the bingo board to plan your perfect trip.

Pick out some activities you would want to do during your visit. What would you do first? How long would you spend there? What animals would you try to see?

SPOT A LIZARD	SEE A CANYON	GO FOR A HIKE	TAKE A PICTURE AT AN OVERLOOK	WATCH A MOVIE AT THE VISITORS CENTER
IDENTIFY A TREE	LEARN ABOUT THE INDIGENOUS PEOPLE WHO LIVE IN THIS AREA	WITNESS A SUNRISE OR SUNSET	OBSERVE THE NIGHT SKIES	GO FLOATING ON THE RIO GRANDE
HEAR A BIRD CALL	SPOT A BIG RIVER	 FREE SPACE	LEARN ABOUT THE PARKS THREE ECOSYSTEMS	SPOT SOME ANIMAL TRACKS
PICK UP TEN PIECES OF TRASH	HAVE A PICNIC	SEE A MULE DEER	VISIT THE FOSSIL DISCOVERY EXHIBIT	SPOT A BIRD OF PREY
LEARN ABOUT THE GEOLOGY OF THE CHISOS	SEE SOMEONE RIDING A HORSE	GO CAMPING	VISIT A RANGER STATION	PARTICIPATE IN A RANGER-LED ACTIVITY

Park Poetry

America's parks inspire art of all kinds. Painters, sculptors, photographers, writers, and artists of all mediums have taken inspiration from natural beauty. They have turned their inspiration into great works.

Use this space to write your own poem about the park. Think about what you have experienced or seen. Use descriptive language to create an acrostic poem. This type of poem has the first letter of each line spell out another word. Create an acrostic that spells out the word "Texas."

T _____

E _____

X _____

A _____

S _____

Time to
Explore
Xenomorphic cliffs
All aboard
Small canoes

Towering cliffs
Eagles fly above
Xanthic trees
Astounding skies
Sunrise to sunset

If you can't think of any words that start with the letter x, try words that start with ex-, like extreme, expand, exactly, or extra.

5

Take a Hike

Go for a hike with your friends or family. If you aren't able to visit Big Bend National Park, go for a walk in a park near where you live. Read through the prompts before your walk and finish the activities after you return.

Draw something you saw that moves:

Draw something you saw when you looked up:

Draw something you saw that grows out of the ground:

Draw a picture of your favorite part of the walk:

Bird Scavenger Hunt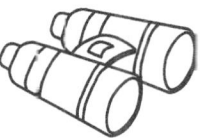

Big Bend National Park is a great place to go birdwatching. In fact, it boasts 450 different species of birds! Many of these are migratory, meaning they pass through the park seasonally.

You don't have to be able to identify different species of birds in order to have fun. Open your eyes and tune in your ears. Check off as many birds on this list as you can.

☐ A colorful bird	☐ A big bird
☐ A brown bird	☐ A small bird
☐ A bird in a tree	☐ A hopping bird
☐ A bird with long tail feathers	☐ A flying bird
☐ A bird making noise	☐ A bird's nest
☐ A bird eating or hunting	☐ A bird's footprint on the ground
☐ A bird with spots	☐ A bird with stripes somewhere on it

What was the easiest bird on the list to find? What was the hardest? Why do you think that was?

_____

_____

_____

Go Horseback Riding on the Blue Creek Trail

Help find the horse's lost shoe!

DID YOU KNOW?

Horseback riding is a popular activity in Big Bend National Park. There are many trails that you can take horses for day or overnight trips.

start here

Camping Packing List

What should you take with you when you go camping? Pretend you are in charge of your family camping trip. Make a list of what you would need to be safe and comfortable on an overnight excursion. Some considerations are listed on the side.

1.
2.
3.
4.
5.
6.
7.
8.
9.
10.
11.
12.
13.
14.
15.
16.

- What will you eat at every meal?

- What will the weather be like?

- Where will you sleep?

- What will you do during your free time?

- How luxurious do you want camp to be?

- How will you cook?

- How will you see at night?

- How will you dispose of trash?

- What might you need in case of emergencies?

Big Bend National Park has 4 developed campgrounds. People can also obtain permits to camp in the backcountry.

See page 21 for more information about what this means!

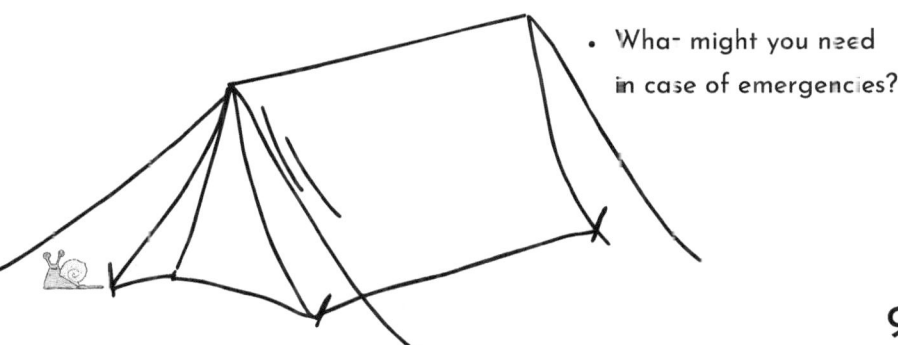

9

Big Bend National Park

Visitor's Log

Date: ____________________ Season: ____________________

Who I went with: ____________________ Which entrance: ____________________

How was your experience? Write a few sentences about your trip. Where did you stay? What did you do? What was your favorite activity? If you haven't visited the park yet, write a paragraph pretending that you did.

STAMPS

Many national parks and monuments have cancellation stamps for visitors to use. These rubber stamps record the date and location that you visited. Many people collect the markings as a free souvenir. Check with a ranger to see where you can find a stamp during your visit. If you aren't able to find one, you can draw your own.

Where is the Park?

Big Bend National Park is in the Southwestern United States. It is located in West Texas, a very remote part of the United States. Texas is the second-largest state in the US and it shares a border with the country of Mexico.

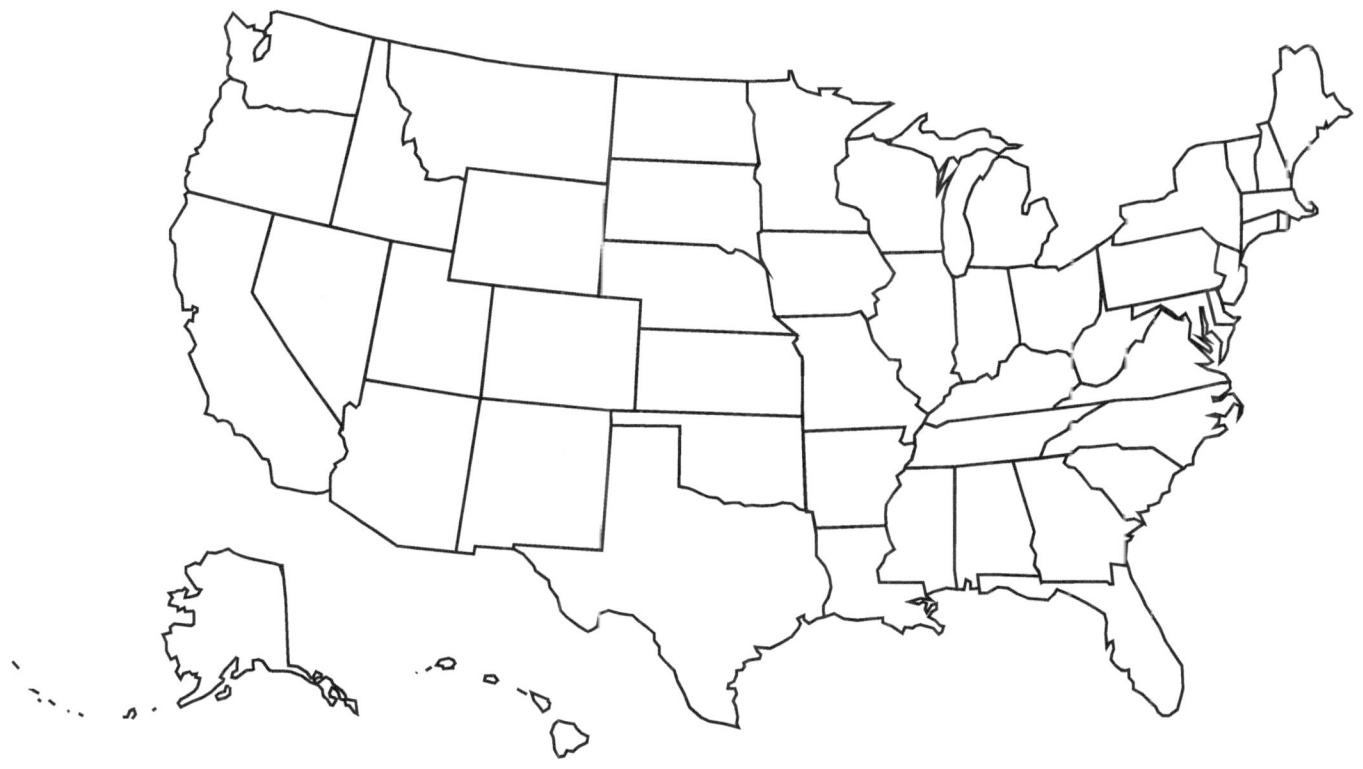

Texas

Look at the shape of Texas. Can you find it on the map? If you are from the US, can you find your home state? Color Texas red. Put a star on the map where you live. Color the remaining states any way you would like.

Connect the Dots #1

Connect the dots to figure out what this tiny critter is. There are fourteen types of these that live in Big Bend National Park.

Their heart rate can reach as high as 1,260 beats per minute and a breathing rate of 250 breaths per minute. Have you ever measured your breathing rate? Ask a friend or family member to set a timer for 60 seconds. Once they say "go," try to breathe normally. Count each breath until they say "stop." How do your breaths per minute compare to hummingbirds?

_____

_____

The ringtail is a member of the raccoon family. Miners and settlers once kept ringtails as pets to help keep their cabins free of vermin. It was this behavior that led to one of their common names, miner's cat.

The bobcat is Big Bend's most commonly seen cat. They are frequently reported near the Rio Grande Village campground and picnic areas.

Who lives here?

Below are 7 plants and animals that live in the park.
Use the word bank to fill in the clues below.

WORD BANK: RINGTAIL, BADGER, DAMIANITA, BOBCAT, BALD
EAGLE, TORREY YUCCA, KILLDEER

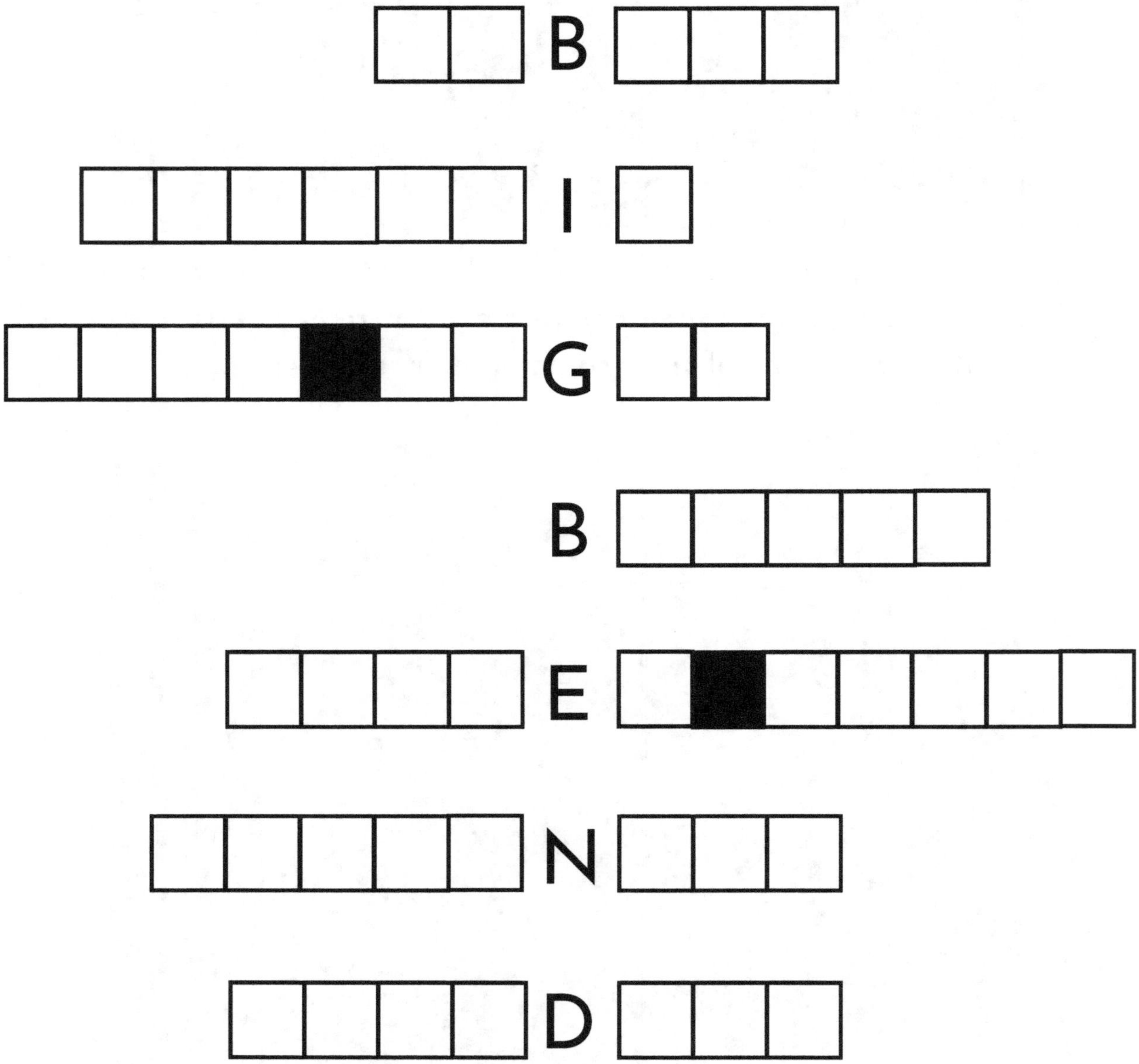

☐☐ B ☐☐☐

☐☐☐☐☐ I ☐

☐☐☐☐■☐ G ☐☐

B ☐☐☐☐☐

☐☐☐☐ E ☐■☐☐☐☐

☐☐☐☐ N ☐☐☐

☐☐☐☐ D ☐☐☐

14

Usually nocturnal, badgers can be observed during the day in remote areas with no human encroachment.

Killdeer are named for their shrill "kill dee" call. Listen closely for their call at the Rio Grande Village Nature Trail.

Common Names
vs.
Scientific Names

A common name of an organism is a name that is based on everyday language. You have heard the common names of plants, animals, and other living things on tv, in books, and at school. Common names can also be referred to as "English" names, popular names, or farmer's names. Common names can vary from place to place. The word for a particular tree may be one thing, but that same tree has a different name in another country. Common names can even vary from region to region, even in the same country.

Scientific names, or Latin names, are given to organisms to make it possible to have uniform names for the same species. Scientific names are in Latin. You may have heard plants or animals referred to by their scientific name or parts of their scientific names. Latin names are also called "binomial nomenclature," which refers to a two-part naming system. The first part of the name - the generic name - refers to the genus to which the species belongs. The second part of the name, the specific name, identifies the species. For example, Tyrannosaurus rex is an example of a widely known scientific name.

American Black Bear

Ursus americanus

COMMON NAME

Elk

Cervus canadensis

LATIN NAME = GENUS + SPECIES

Elk = Cervus canadensis

Black Bear = Ursus americanus

Find the Match!
Common Names and Latin Names

Match the common name to the scientific name for each animal. The first one is done for you. Use clues on the page before and after this one to complete the matches.

Desert Bighorn Sheep   Haliaeetus leucocephalus

Honey Mesquite   Ursus americanus

Rose-fruited Juniper   Pecari tajacu

American Black Bear   Canis latrans

Great Horned Owl   Prosopis glandulosa

Bald Eagle   Crotalus viridis

Collared Peccary   Bubo virginianus

Coyote   Ovis canadensis nelsoni

Prairie Rattlesnake   Juniperus erythrocarpa

Bald Eagle
Haliaeetus leucocephalus

Collared Peccary
or Javelina
Pecari tajacu

Coyote
Canis latrans

Great Horned Owl
Bubo virginianus

Some plants and animals that live at Big Bend

Honey Mesquite
Prosopis glandulosa

Desert Bighorn Sheep
Ovis canadensis nelsoni

Prairie Rattlesnake
Crotalus viridis

18

Things To Do Jumble

Unscramble the letters to uncover activities you can do while in Big Bend National Park. Hint: each one ends in -ing.

1. YAKAK
◻◻◻◻◻◻ING

2. KHI
◻◻◻ING

3. IRDB
◻◻◻◻ING

4. MACP
◻◻◻◻ING

5. KINICPC
◻◻◻◻◻◻◻ING

6. EISSTEHG
◻◻◻◻◻◻◻◻ING

7. SARTGZA
◻◻◻◻◻◻◻ING

Word Bank

birding
reading
camping
stargazing
kayaking
hiking
hunting
singing
yelling
sightseeing
picn cking

The National Park Logo

The National Park System has over 400 units in the US. Just like Big Bend National Park, each location is unique or special in some way. The areas include other national parks, historic sites, monuments, seashores, and other recreation areas.

Each element of the National Park emblem represents something that the National Park Service protects. Fill in each blank below to show what each symbol represents.

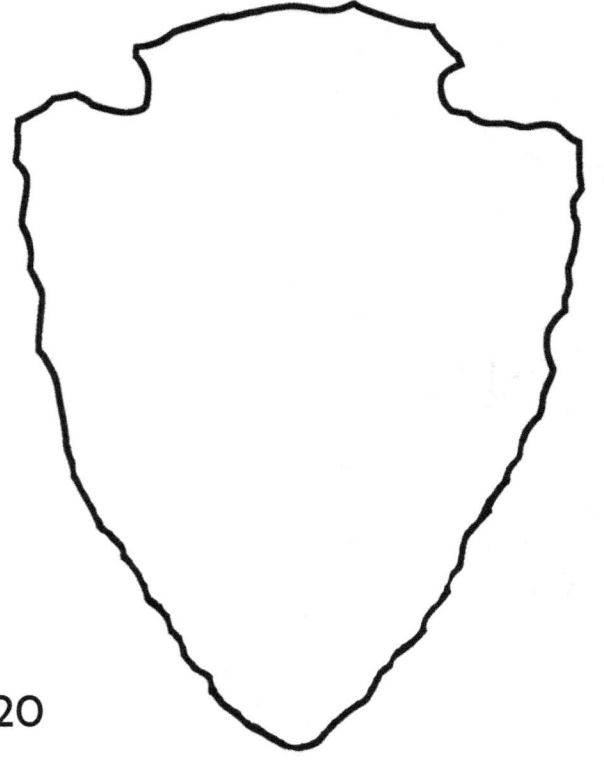

```
WORD BANK:
_____
MOUNTAINS, ARROWHEAD, BISON,
SEQUOIA TREE, WATER
```

This represents all plants. _____

This represents all animals. _____

This represents the landscapes. _____

This represents the waters protected by the park service. _____

This represents the historical and archeological values. _____

Now it's your turn! Pretend you are designing a new national park. Add elements to the design that represent the things your park protects.

What is the name of your park?

Describe why you included the symbols that you chose. What do they mean?

The Ten Essentials

Careful preparation and knowledge are key to a successful adventure into Big Bend's backcountry.

The ten essentials are a list of things that are important to have when you go for longer hikes. If you go on a hike to the <u>backcountry</u>, it is especially important that you have everything you need in case of an emergency. If you get lost or something unforeseen happens, it is good to be prepared to survive until help finds you.

The ten essentials list was developed in the 1930s by an outdoors group called the Mountaineers. Over time and technological advancements, this list has evolved. Can you identify all the things on the current list? Circle each of the "essentials" and cross out everything that doesn't make the cut.

fire: matches, lighter, tinder, and/or stove	a pint of milk	extra money	headlamp, plus extra batteries	extra clothes
extra water	a dog	Polaroid camera	bug net	lightweight games, such as a deck of cards
extra food	a roll of duct tape	shelter	sun protection, such as sunglasses, sun-protective clothes and sunscreen	knife, plus a gear repair kit
a mirror	navigation: map, compass, altimeter, GPS device, or satellite messenger	first aid kit	extra flip-flops	entertainment such as video games or books

Backcountry - a remote undeveloped rural area.

Connect the Dots #2

This animal lives in almost every state in the US, including Big Bend National Park. They are nocturnal and are more active at night and sleep during the day. They are omnivorous eaters, which means they eat both plants and animals.

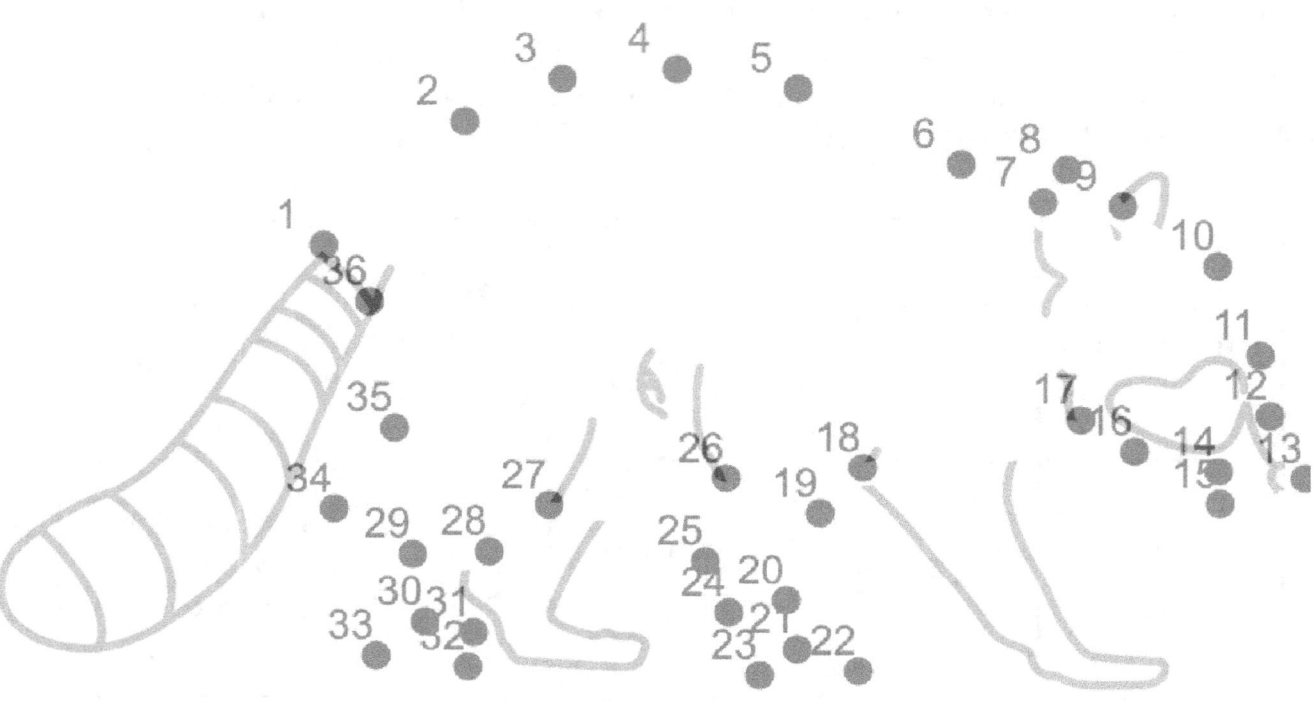

Are you an omnivore like a raccoon? An herbivore only eats plant foods. A carnivore only eats meat. An omnivore eats both. What type of eater are you? Write down some of your favorite foods to back up your answer.

_____

_____

Design a Water Bottle

Imagine you've been hired to design a reusable water bottle that will be for sale in the Panther Junction Visitor Center. It will be a souvenir for visitors to remember their trip to the park.

Consider adding a plant or animal that lives here, a famous place in the park, or an activity you can do while visiting.

Exploring the Dark Sky

Big Bend is a popular destination for stargazing. In fact, it is a designated International Dark Sky Park. You may see stars in the night sky here that you may not see at home. Why do you think that is?

From the beginning of time, people from across the world have looked at the night sky and seen images in the stars. They created stories about constellations, or groups of stars. Create your own constellation from the starfield below!

What is your constellation named?

Big Bend Word Search

Words may be horizontal, vertical, diagonal,
or they might even be backwards!

1. Texas
2. jack rabbit
3. prehistoric
4. Mexican jay
5. scrubland
6. yucca
7. stargazing
8. Rio Grande
9. emory peak
10. Chihuahuan
11. desert
12. ranch
13. bath house
14. Sierra del Carmen
15. faulting
16. peccary
17. bobcat
18. nutria
19. thunderstorm
20. Chata Sada

```
C H I H U A H U A N K L O W K
H T A S K L W O F L E L A N J
T E P R J B A T H H O U S E B
S T S T A R G A Z I N G U C N
C R A N C H B L O E I S J E L
E E L D K T O A D C T C M S I
D S S P R E H I S T O R I C N
N E B A A X I E G W A U K A B
A D H S B A L O B C I B Y D O
R C I C B S O Y L I R L O E B
G T A H I H I E O O T A N S C
O R N I T O D I S M U N I R A
I P E C C A R Y E I N D L C T
R E M O R Y P E A K O R C E H
N I C R K M G N I T L U A F A
X M E X I C A N J A Y S Q N L
H I C H A T A S A D A I C E E
S M R O T S R E D N U H T A M
```

Wildlife Wisdom

The national park is home to many different kinds of animals. Seeing wildlife can be an exciting part of visiting the national park but it is important to remember that these animals are wild. They need plenty of space and a healthy habitat where they can find their own food. Part of this is not allowing animals to eat any human food. This is their home and we are the visitors. We need to be respectful of the wildlife in the park.

Directions: Circle the highlighted words that best complete the following sentences.

If an animal changes its behavior because of your presence, you are:
A) too close
B) funny looking
C) dehydrated and should drink more water

The best thing we can do to help wild animals survive is:
A) make them pets
B) protect their habitat
C) knit them winter sweaters

In a national park, it is okay to share your food with wild animals:
A) never
B) always
C) sometimes

When you're hiking in an area where there are bears, you should warn bears that you are entering their space by:
A) hiking quietly
B) making noise
C) wearing bright colors

At night, park rangers care for the animals by:
A) putting them back into their cages
B) tucking them into bed
C) leaving them alone

If you see an abandoned bird's nest, it is best to:
A) pet the baby birds
B) leave it alone
C) crunch the empty eggshells

Bears look under logs in hopes of finding:
A) granola bars
B) insects
C) peanuts to eat

The place where an animal lives is called its:
A) condo
B) habitat
C) crib

The Dazzling Desert

People come from all over the world to experience the wonders of the desert at Big Bend National Park. If you are able to see the desert for yourself, make some observations. Using lots of detail, draw or describe them in the boxes below.

Something colorful	A desert rock	Something that moves
An insect	Something cool you saw	A tiny plant
Something with a smell	A leaf	Something shiny

The Perfect Picnic Spot

Fill in the blanks on this page without looking at the full story. Once you have each line filled out, use the words you've chosen to complete the story on the next page.

EMOTION _____

FOOD _____

SOMETHING SWEET _____

STORE _____

MODE OF TRANSPORTATION _____

NOUN _____

SOMETHING ALIVE _____

SAUCE _____

PLURAL VEGETABLES _____

ADJECTIVE _____

PLURAL BODY PART _____

ANIMAL _____

PLURAL FRUIT _____

PLACE _____

SOMETHING TALL _____

COLOR _____

ADJECTIVE _____

NOUN _____

A DIFFERENT ANIMAL _____

FAMILY MEMBER #1 _____

FAMILY MEMBER #2 _____

VERB THAT ENDS IN -ING _____

A DIFFERENT FOOD _____

The Perfect Picnic Spot

Use the words from the previous page to complete a silly story.

When my family suggested having our lunch at the Cottonwood campground, I

was _____. I love eating my _____ outside! I knew we had picked up a
　　　EMOTION　　　　　　　　　　　FOOD

box of _____ from the _____ for after lunch, my favorite. We drove up
　　SOMETHING SWEET　　　　STORE

to the area and I jumped out of the _____. "I will find the perfect spot for
　　　　　　　　　　　　　　　MODE OF TRANSPORTATION

a picnic!" I grabbed a _____ for us to sit on, and I ran off. I passed a picnic
　　　　　　　　NOUN

table, but it was covered with _____ so we couldn't sit there. The next
　　　　　　　　　　SOMETHING ALIVE

picnic table looked okay, but there were smears of _____ and pieces of
　　　　　　　　　　　　　　　　　　　SAUCE

_____ everywhere. The people that were there before must have been
PLURAL VEGETABLES

_____! I gritted my _____ together and kept walking down the path,
ADJECTIVE　　　PLURAL BODY PART

determined to find the perfect spot. I wanted a table with a good view of the

trees. Why was this so hard? If we were lucky, I might even get to see _____
　　　　　　　　　　　　　　　　　　　　　　　　　　　ANIMAL

eating some _____ on the cliffside. They don't have those in _____ where I
　　　　PLURAL FRUIT　　　　　　　　　　　　　　PLACE

am from. I walked down a little hill and there it was, the perfect spot! The trees

towered overhead and looked as tall as _____. The patch of grass was a
　　　　　　　　　　　　　　　SOMETHING TALL

beautiful _____ color. The _____ flowers were growing on
　　　　COLOR　　　　　　ADJECTIVE

the side of a _____. I looked across the prairie and even saw a _____
　　　　NOUN　　　　　　　　　　　　　　　　　　DIFFERENT ANIMAL

on the edge of a rock. I looked back to see my _____ and _____
　　　　　　　　　　　　　　FAMILY MEMBER #1　　　FAMILY MEMBER #2

_____ a picnic basket. "I hope you brought plenty of _____, I'm
VERB THAT ENDS IN ING　　　　　　　　　　　　A DIFFERENT FOOD

starving!"

29

Hike the Boquillas Canyon Trail

start here

The hike to Boquillas Canyon will take you to a cliff overlooking the Rio Grande.

In Spanish, the word "rio" means river and the word "grande" means big.

DID YOU KNOW?

Big Bend is home to several canyons. Some canyon walls stretch as high as 1,500 feet.

Boquillas Crossing Word Search

Big Bend National Park shares a border with Mexico stretching over 100 miles. Visitors who wish to visit Mexico can do so through the Boquillas Crossing Port of Entry. If you go, don't forget your passport!

1. international
2. border
3. crossing
4. rowboat
5. river
6. water
7. Rio Grande
8. Mexico
9. passport
10. visitor
11. entry
12. checkpoint
13. travel
14. wading
15. Coahuilla
16. port
17. country

```
L D E S R O W B O A T E O W C
H R O T I S I V S W E R W R H
T V D N V I T T A W A L K O C
S E U M E P S U P Y U T B M H
I N T E R N A T I O N A L K E
M P D X Y R R K C T R E I O C
C O S I P R C E R E N T R Y K
A R B C O U N T R Y L S V N P
L T H O G I L O E O U D E P O
L O T R O P S S A P U G R T I
I S R U A T I L N L K B N C N
S H A S K A L I S A S K R R T
T J V S R I O G R A N D E O C
E Y E E U I V E I N D R T E O
R W L H D O R A D O A O A E M
T W A D I N G E N L A K W N T
U O E E S A E N B O R D E R B
C R O S S I N G R C Y S I O N
```

Leave No Trace Quiz

Leave No Trace is a concept that helps people make decisions during outdoor recreation that protects the environment. There are seven principles that guide us when we spend time outdoors, whether you are in a national park or not. Are you an expert in Leave No Trace? Take this quiz and find out!

1. How can you plan ahead and prepare to ensure you have the best experience you can in the national park?
   a. Make sure you stop by the ranger station for a map and to ask about current conditions.
   b. Just wing it! You will know the best trail when you see it.
   c. Stick to your plan, even if conditions change. You traveled a long way to get here, and you should stick to your plan.
2. What is an example of traveling on a durable surface?
   a. Walking only on the designated path.
   b. Walking on the grass that borders the trail if the trail is very muddy.
   c. Taking a shortcut if you can find one because it means you will be walking less.
3. Why should you dispose of waste properly? 
   a. You don't need to. Park rangers love to pick up the trash you leave behind.
   b. You should actually leave your leftovers behind, because animals will eat them. It is important to make sure they aren't hungry.
   c. So that other peoples' experiences of the park are not impacted by you leaving your waste behind.
4. How can you best follow the concept "leave what you find?"
   a. Take only a small rock or leaf to remember your trip.
   b. Take pictures, but leave any physical items where they are.
   c. Leave everything you find, unless it may be rare like an arrowhead, then it is okay to take.
5. What is not a good example of minimizing campfire impacts?
   a. Only having a campfire in a pre-existing campfire ring.
   b. Checking in with current conditions when you consider making a campfire.
   c. Building a new campfire ring in a location that has a better view.
6. What is a poor example of respecting wildlife?
   a. Building squirrel houses out of rocks so the squirrels have a place to live.
   b. Stay far away from wildlife and give them plenty of space.
   c. Reminding your grown-ups not to drive too fast in animal habitats while visiting the park.
7. How can you show consideration of other visitors?
   a. Play music on your speaker so other people at the campground can enjoy it.
   b. Wear headphones on the trail if you choose to listen to music.
   c. Make sure to yell "Hello!" to every animal you see at top volume.

Staying Safe in the Sun

Big Bend National Park is in the Chihuahuan Desert where it can get hot! It is important to take precautions to stay safe outdoors, especially when it is very hot outside. When someone gets overheated or dehydrated, they may feel sick or even require medical attention.

Use the cryptogram below to decode three tips on how to prevent heat-related illnesses. You may need to do some math to figure out the answers.

T _ _ _   _ _ _ _ _ _   _ _   _ _ _ _
12 5 12/2 50   30 21 50 5 2x3 36   3x4 27   21 50 6x6 12

_ _   _ _ _   _ _ _ _ _ .
99 10   15-3 4 50   36 7-3 5 1 50

_ _ _ _   H _ _ _ _ _ _ _   _ _
36 12 1x5 18   4 2x9 1 21 5 12 50 8-7   30 18

_ _ _ _ _ _ _ _   _ _ _ _   _ _   _ _ _ _ _ .
1 21 99 10 6 33x3 10 75   35 3x9 12 36   27 5x5   18/2 5 12 50 21

_ _ A _   _ _ _ _ _ _ _ _ _   _ _ _
9 50 12-7 21   36 3 10 36 15 21 5x10 50 10   5 10 12-11

_ _ _ - _ _ _ _ _ _ _ _ _ _
36 3 10 - 8 7x3 27 12 50 15 9+3 99 80 50

_ _ _ _ _ I N G .
15 35 27 12 2x2 99 10 75

a	b	c	d	e	f	g	h	i	j	k	l	m	n	o
5	30	15	1	50	25	75	4	99	20	6	35	49	10	27

p	q	r	s	t	u	v	w	x	y	z
8	16	21	36	12	3	80	9	40	18	7

 # When Nature Calls...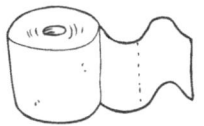

Read the following paragraph to discover the important role waste management plays in our national parks. Fill in the blanks with words from the word bank, to the right, as you read.

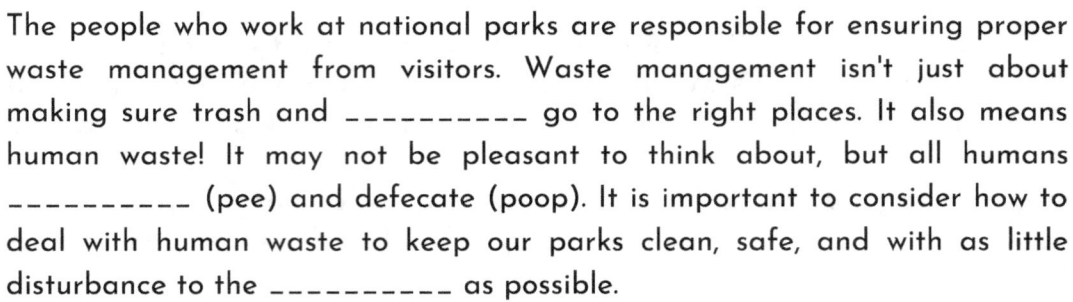

Word Bank:

flush

flow

hard

urinate

ecosystem

pit

never

ashes

plumbing

container

inches

recycling

The people who work at national parks are responsible for ensuring proper waste management from visitors. Waste management isn't just about making sure trash and _____ go to the right places. It also means human waste! It may not be pleasant to think about, but all humans _____ (pee) and defecate (poop). It is important to consider how to deal with human waste to keep our parks clean, safe, and with as little disturbance to the _____ as possible.

There are different types of bathrooms or methods used to deal with human waste. In visitor centers, you are likely to encounter a standard _____ toilet, which uses water and modern _____ to whisk your waste away. Near trails or campgrounds, you may find toilets that don't flush. A _____ toilet is a type of toilet built over a hole in the ground. A composting toilet decomposes human waste into compost with an aerobic process. A vault toilet stores urine and feces in an underground _____ or vault before it is pumped out. Unlike pit toilets, they are less stinky because of vent pipes, which allow air to _____ from the vault out through the ceiling.

No matter which type of toilet you encounter, there are some things you should keep in mind to help protect the park. First, _____ put anything in the toilet other than pee, poop, or toilet paper. Things like snack wrappers, diapers, or _____ from a campfire can damage toilet systems. It can cost a lot of money and time to fix. Make sure trash goes in the trash can, not any toilet.

If you have to "go" while you are in the backcountry, here is what you should do. If you have to pee, try to urinate on a _____ surface like rocks, not plants. Animals are attracted to the salt in urine and may dig up vegetation to get to it. If you have to poop, you will need to dig a cat hole. First, select a location. It must be at least 200 feet away from any water source. Use a small shovel to dig a hole about 6 _____ deep. Do your business in the hole, then bury ONLY your poop. Take a trash bag with you, as you will need to take your toilet paper with you along with the rest of your trash. If not, animals may dig up the toilet paper which is bad for them.

No matter where you go, don't forget to wash your hands with soap and water afterward! At the very least, pack hand sanitizer to use.

Catch a Fish in the Rio Grande

start here

Grab a fishing pole and try to reel in a fish.

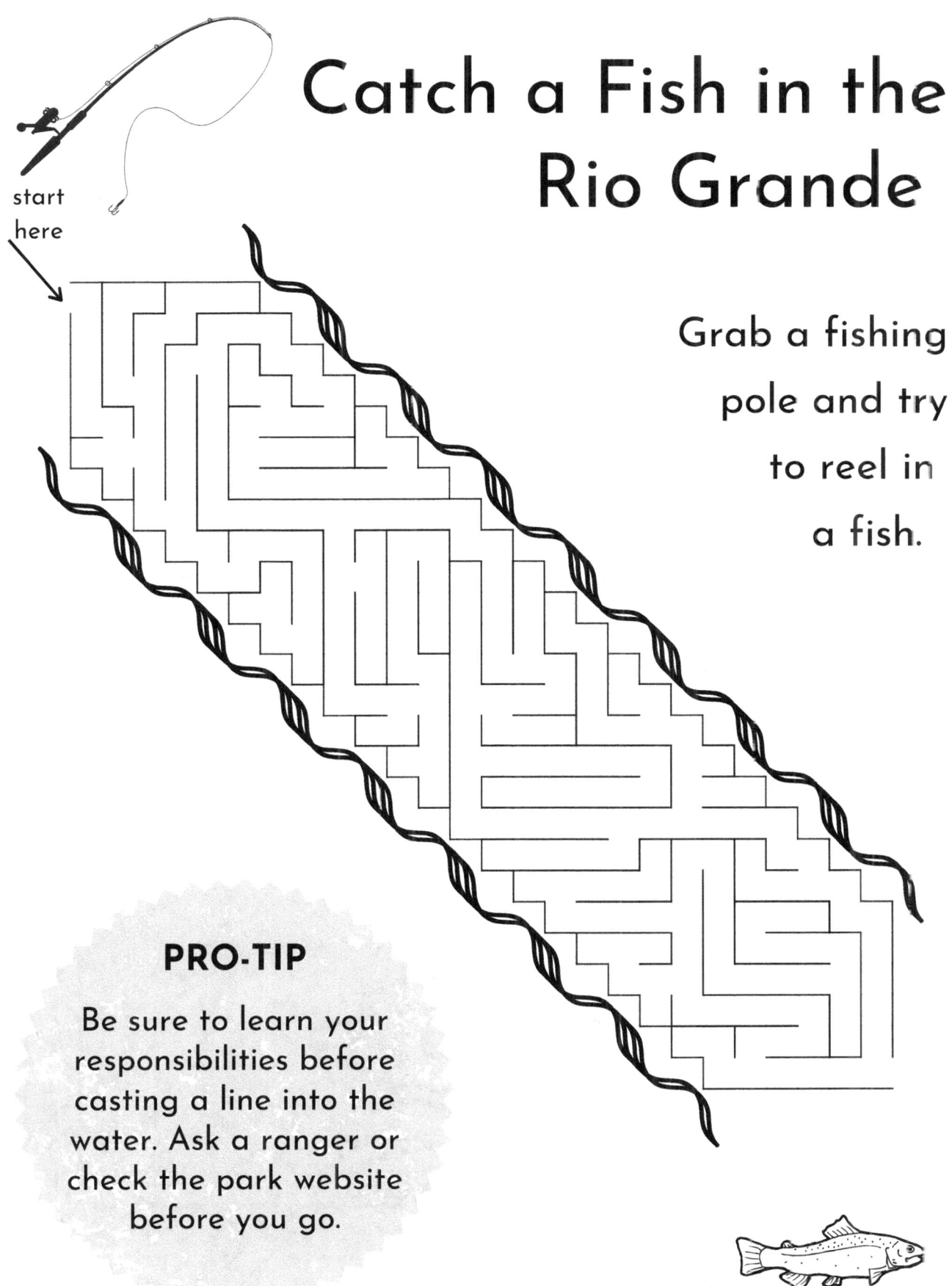

PRO-TIP

Be sure to learn your responsibilities before casting a line into the water. Ask a ranger or check the park website before you go.

Stacking Rocks

Have you ever seen stacks of rocks while hiking in national parks? Do you know what they are or what they mean? These rock piles are called cairns and often mark hiking routes in parks. Every park has a different way to maintain trails and cairns. However, they all have the same rule: If you come across a cairn, do not disturb it!

Color the cairn and the rules to remember.

1. Do not tamper with cairns.

If a cairn is tampered with or an unauthorized one is built, then future visitors may become disoriented or even lost.

2. Do not build unauthorized cairns.

Moving rocks disturbs the soil and makes the area more prone to erosion. Disturbing rocks can disturb fragile plants.

3. Do not add to existing cairns.

Authorized cairns are carefully designed. Adding to them can actually cause them to collapse.

Decoding Using American Sign Language

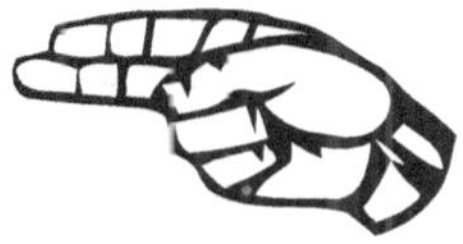

American Sign Language, also called ASL for short, is a language that many Deaf people or people who are hard of hearing use to communicate. People use ASL to communicate with their hands. Did you know people from all over the country and world travel to national parks? You may hear people speaking other languages. You might also see people using ASL. Use the American Manual Alphabet chart to decode some national parks facts.

This was the first national park to be established:

_ _ _ _ _ _ _ _ _ _ _

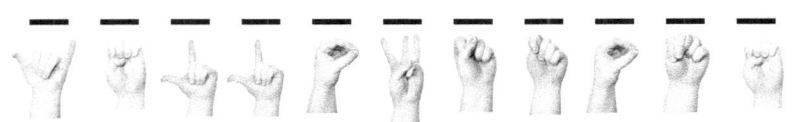

This is the biggest national park in the US:

_ _ _ _ _ _ _ _ _ _ -

_ _ . _ _ _ _ _

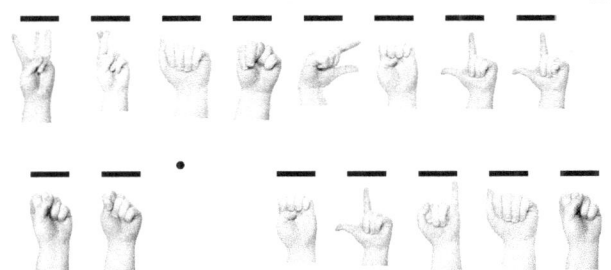

This is the most visited national park:

_ _ _ _ _ _ _ _

_ _ _ _ _ _ _ _

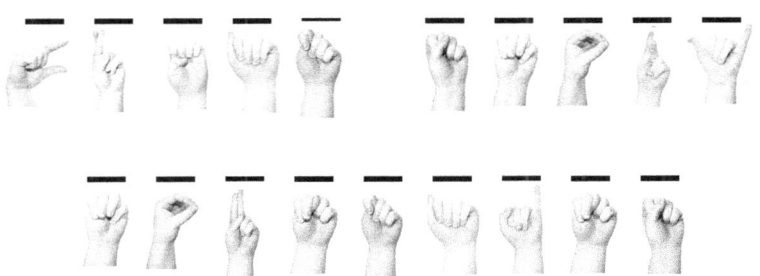

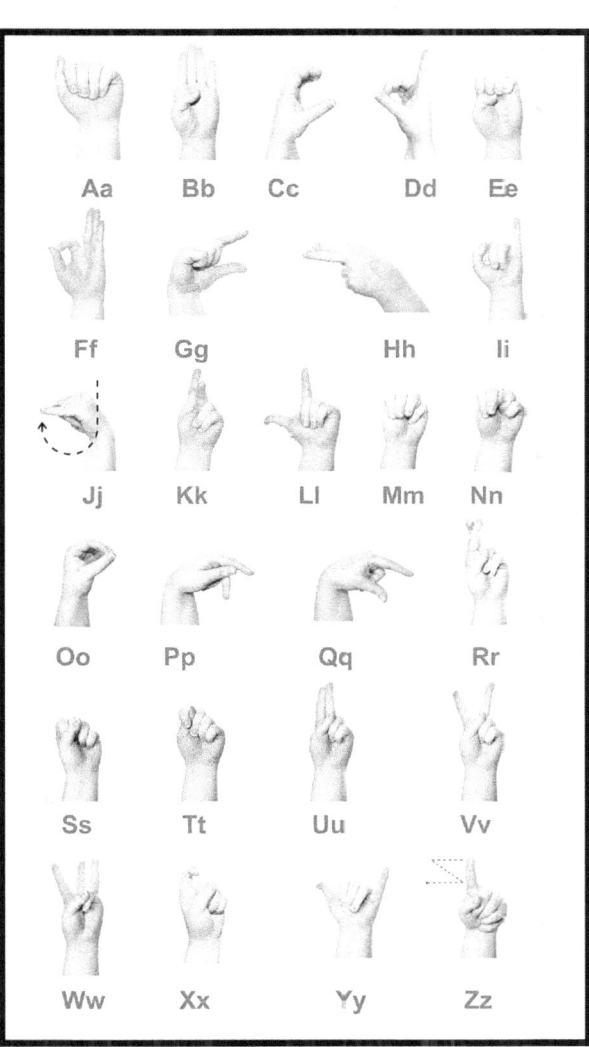

Aa	Bb	Cc	Dd	Ee
Ff	Gg		Hh	Ii
Jj	Kk	Ll	Mm	Nn
Oo	Pp	Qq		Rr
Ss	Tt	Uu		Vv
Ww	Xx	Yy	Zz	

Hint: Pay close attention to the position of the thumb!

Try it! Using the chart, try to make the letters of the alphabet with your hand. What is the hardest letter to make? Can you spell out your name? Show a friend or family member and have them watch you spell out the name of the national park you are in.

Go Birdwatching at Dugout Wells

start here

DID YOU KNOW?
Big Bend National Park is home to several birds of prey, including eagles, hawks, and owls. Birds of prey are birds that hunt other animals for food.

Butterflies of Big Bend

Dozens of species of butterflies and moths live in Big Bend National Park. Their wingspan size varies, as do the patterns on their wings. Design your own butterfly below. Make sure the wings are symmetrical, which means both sides match.

A Hike at Sam Nail Ranch

Fill in the blanks on this page without looking at the full story. Once you have each line filled out, use the words you've chosen to complete the story on the next page.

ADJECTIVE ------------------------------------

SOMETHING TO EAT ------------------------------------

SOMETHING TO DRINK ------------------------------------

NOUN ------------------------------------

ARTICLE OF CLOTHING ------------------------------------

BODY PART ------------------------------------

VERB ------------------------------------

ANIMAL ------------------------------------

SAME TYPE OF FOOD ------------------------------------

ADJECTIVE ------------------------------------

SAME ANIMAL ------------------------------------

VERB THAT ENDS IN "ED" ------------------------------------

NUMBER ------------------------------------

A DIFFERENT NUMBER ------------------------------------

SOMETHING THAT FLIES ------------------------------------

LIGHT SOURCE ------------------------------------

PLURAL NOUN ------------------------------------

FAMILY MEMBER ------------------------------------

YOUR NICKNAME ------------------------------------

A Hike at Sam Nail Ranch

Use the words from the previous page to complete a silly story.

I went for a hike at Sam Nail Ranch today. In my favorite _______ backpack,
ADJECTIVE

I made sure to pack a map so I wouldn't get lost. I also threw in an extra

___________ in case I got hungry and a bottle of ___________. I put on
SOMETHING TO EAT SOMETHING TO DRINK

my __________ spray, and I tied a _____________ around my
NOUN ARTICLE OF CLOTHING

__________, in case it gets chilly. I started to ______ down the path. As
BODY PART VERB

soon as I turned the corner, I came face to face with a(n) ________. I think it
ANIMAL

was as startled as I was! What should I do? I had to think fast! Should I give it

some of my ___________? No. I had to remember what the _______ ranger
SAME TYPE OF FOOD ADJECTIVE

told me: "If you see one, back away slowly and try not to scare it." Soon

enough, the __________ __________ away. The coast was clear. ______
SAME ANIMAL VERB THAT ENDS IN ED NUMBER

hours later, I finally got to the lookout. I felt like I could see for a ______
A DIFFERENT NUMBER

miles. I took a picture of a ________ so I could always remember this
NOUN

moment. As I was putting my camera away, a _________ flew by, reminding
SOMETHING THAT FLIES

me that it was almost nighttime. I turned on my __________ and headed
LIGHT SOURCE

back. I could hear the ___________ singing their evening song. Just as I was
PLURAL INSECT

getting tired, I saw my __________ and our tent. "Welcome back ________!
FAMILY MEMBER NICKNAME

How was your hike?"

Snail Mail

Design a postcard to send to a friend or family member. Who do you want to tell about Big Bend National Park? In the first template, write your message. In the second template, create a design for the front of the postcard. You could show something you saw, something you did, or something you want to do in the national park.

Postcard

Camping at Chisos Basin
Word Search

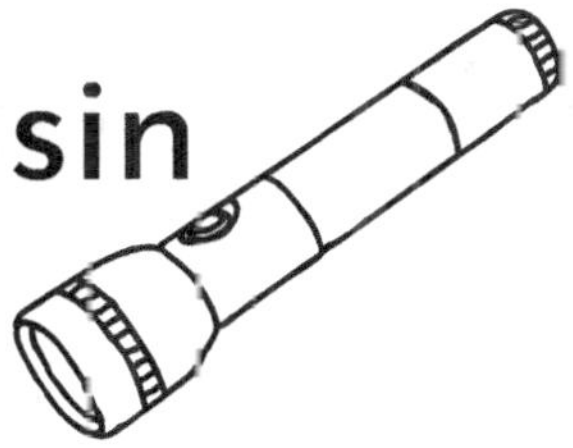

Words may be horizontal, vertical, diagonal, or they might even be backwards!

1. tent
2. camp stove
3. sleeping bag
4. bug spray
5. sunscreen
6. map
7. flashlight
8. pillow
9. lantern
10. ice
11. snacks
12. smores
13. water
14. first aid kit
15. chair
16. cards
17. books
18. games
19. trail
20. hat

```
D P P I L L O W D B T E A C I
E O A D P R E A A M B R C A N
P W C A M P S T O V E I H X G
R A H S G E L E B E E D A P S
E L B U G S P R A Y N G I E A
S I A H G C I C N N M E R C N
C W N L A F I R S K O O B F K
M T A E M I L E L H M R W L J
T A P R E A O R E S L B A A B
S M P A S R R T E N T L U S C
C E A I I R C G P E I U J H A
S S N A C K S S I M O K I L R
I J R S F O I S N J R A Q I D
C Y E T L E V E G U O R V G S
E W T A K C A B B S S O H H M
X J N F I R S T A I D K I T T
U A A E S S E N G E T P V A B
C J L I A R T D N A M A H A S
```

43

All in the Day of a Park Ranger

Park Rangers are hardworking individuals dedicated to protecting our parks, monuments, museums, and more. They take care of the natural and cultural resources for future generations. Rangers also help protect the visitors of the park. Their responsibilities are broad and they work both with the public and behind the scenes.

What have you seen park rangers do? Use your knowledge of the duties of park rangers to fill out a typical daily schedule, listing one activity for each hour. Feel free to make up your own, but some examples of activities are provided on the right. Read carefully! Not all the example activities are befitting a ranger.

Time	Activity
6 am	Lead a sunrise hike
7 am	
8 am	
9 am	
10 am	
11 am	
12 pm	Enjoy a lunch break outside
1 pm	
2 pm	
3 pm	
4 pm	Teach visitors about the geology of the canyons
5 pm	
6 pm	
7 pm	
8 pm	
9 pm	

- feed the migratory birds
- build trails for visitors to enjoy
- throw rocks off the side of the mountain
- rescue lost hikers
- study animal behavior
- record air quality data
- answer questions at the visitor center
- pick wildflowers
- pick up litter
- share marshmallows with squirrels
- repair handrails
- lead a class on a field trip
- catch frogs or toads and make them race
- lead people on educational hikes
- write articles for the park website
- protect the river from pollution
- remove non-native plants from the park
- study how climate change is affecting the park
- give a talk about mountain lions
- lead a program for campers on ringtails

If you were a park ranger, which of the above tasks would you enjoy most?

_____

44 _____

Draw Yourself as a Park Ranger

Fish of Big Bend

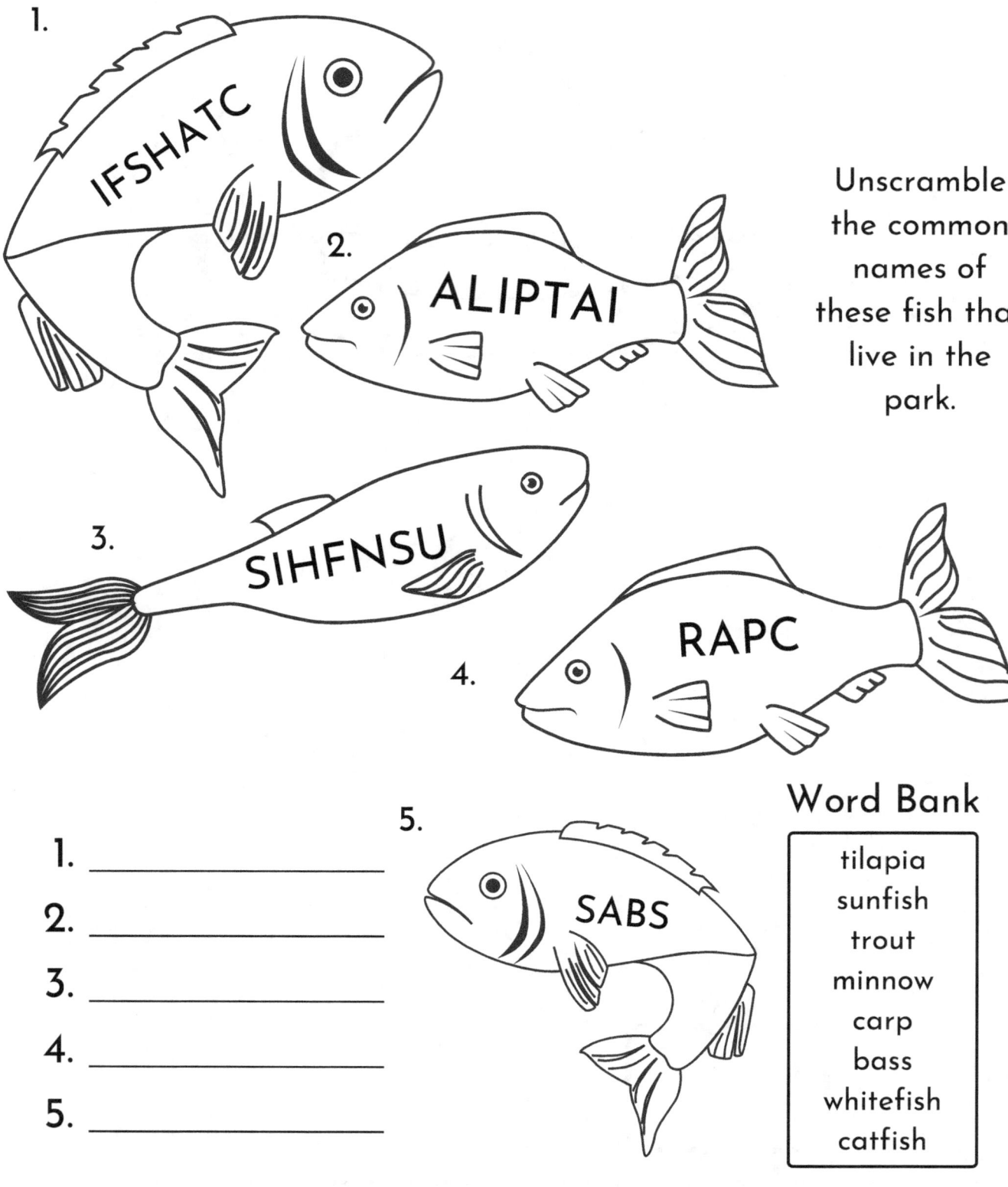

1. IFSHATC

2. ALIPTAI

3. SIHFNSU

4. RAPC

5. SABS

Unscramble the common names of these fish that live in the park.

1. _____
2. _____
3. _____
4. _____
5. _____

Word Bank

tilapia
sunfish
trout
minnow
carp
bass
whitefish
catfish

Amphibians

One species of toad and five species of frogs live in Template Park. Even more types of salamanders live there too. Frogs and toads both spend the beginning of their lives the same way - as tadpoles. Tadpoles hatch from eggs, usually in springs or pools of water.

Both frogs and toads are amphibians. Salamanders are amphibians too. Color the amphibians below.

Sound Exploration

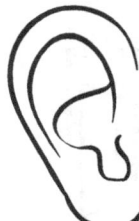

Spend a minute or two listening to all of the sounds around you.
Draw your favorite sound.

How did this sound make you feel?

_____

_____

What did you think when you heard this sound?

_____

_____

48

Reflections on Special Places

National parks are special places for all sorts of reasons. Can you think of an outdoor area that is special to you? It can be a place you love because your family is from there, because it is beautiful, or because you can do your favorite things there.

What is a place (it does not have to be a national park) that is special to you?

_____

_____

_____

_____

_____

What do national parks mean to you?

_____

_____

_____

_____

What is your favorite part of being able to enjoy the national parks around you?

_____

_____

_____

_____

63 National Parks

How many other national parks have you been to? Which one do you want to visit next? Note that if some of these parks fall on the border of more than one state, you may check it off more than once!

Alaska
- [ ] Denali National Park
- [ ] Gates of the Arctic National Park
- [ ] Glacier Bay National Park
- [ ] Katmai National Park
- [ ] Kenai Fjords National Park
- [ ] Kobuk Valley National Park
- [ ] Lake Clark National Park
- [ ] Wrangell-St. Elias National Park

American Samoa
- [ ] National Park of American Samoa

Arizona
- [ ] Grand Canyon National Park
- [ ] Petrified Forest National Park
- [ ] Saguaro National Park

Arkansas
- [ ] Hot Springs National Park

California
- [ ] Channel Islands National Park
- [ ] Death Valley National Park
- [ ] Joshua Tree National Park
- [ ] Kings Canyon National Park
- [ ] Lassen Volcanic National Park
- [ ] Pinnacles National Park
- [ ] Redwood National Park
- [ ] Sequoia National Park
- [ ] Yosemite National Park

Colorado
- [ ] Black Canyon of the Gunnison National Park
- [ ] Great Sand Dunes National Park
- [ ] Mesa Verde National Park
- [ ] Rocky Mountain National Park

Florida
- [ ] Biscayne National Park
- [ ] Dry Tortugas National Park
- [ ] Everglades National Park

Hawaii
- [ ] Haleakalā National Park
- [ ] Hawai'i Volcanoes National Park

Idaho
- [ ] Yellowstone National Park

Kentucky
- [ ] Mammoth Cave National Park

Indiana
- [ ] Indiana Dunes National Park

Maine
- [ ] Acadia National Park

Michigan
- [ ] Isle Royale National Park

Minnesota
- [ ] Voyageurs National Park

Missouri
- [ ] Gateway Arch National Park

Montana
- [ ] Glacier National Park
- [ ] Yellowstone National Park

Nevada
- [ ] Death Valley National Park
- [ ] Great Basin National Park

New Mexico
- [ ] Carlsbad Caverns National Park
- [ ] White Sands National Park

North Dakota
- [ ] Theodore Roosevelt National Park

North Carolina
- [ ] Great Smoky Mountains National Park

Ohio
- [ ] Cuyahoga Valley National Park

Oregon
- [ ] Crater Lake National Park

South Carolina
- [ ] Congaree National Park

South Dakota
- [ ] Badlands National Park
- [ ] Wind Cave National Park

Tennessee
- [ ] Great Smoky Mountains National Park

Texas
- [ ] Big Bend National Park
- [ ] Guadalupe Mountains National Park

Utah
- [ ] Arches National Park
- [ ] Bryce Canyon National Park
- [ ] Canyonlands National Park
- [ ] Capitol Reef National Park
- [ ] Zion National Park

Virgin Islands
- [ ] Virgin Islands National Park

Virginia
- [ ] Shenandoah National Park

Washington
- [ ] Mount Rainier National Park
- [ ] North Cascades National Park
- [ ] Olympic National Park

West Virginia
- [ ] New River Gorge National Park

Wyoming
- [ ] Grand Teton National Park
- [ ] Yellowstone National Park

Other National Parks

Besides Big Bend National Park, there are 62 other diverse and beautiful national parks across the United States. Try your hand at this crossword. If you need help, look at the previous page for some hints.

Down

1. State where Acadia National Park is located
2. This national park has the Spanish word for turtle in it
3. Number of national parks in Alaska
5. This national park has some of the hottest temperatures in the world
6. This national park is the only one in Idaho
7. This toothsome creature can famously be found in Everglades National Park
8. Only president with a national park named for them

Across

4. This state has the most national parks
9. This park has some of the newest land in the US, caused by volcanic eruptions
10. This park has the deepest lake in the United States
11. This color shows up in the name of a national park in California
12. This national park deserves a gold medal

Which National Park Will You Go To Next?
Word Search

1. Zion
2. Big Bend
3. Glacier
4. Olympic
5. Sequoia
6. Bryce
7. Mesa Verde
8. Biscayne
9. Wind Cave
10. Great Basin
11. Katmai
12. Yellowstone
13. Voyageurs
14. Arches
15. Badlands
16. Denali
17. Glacier Bay
18. Hot Springs

```
F M M E S A V E R D E B N E Y
E A B I G B E N D E S A S E M
Y L I C A L O Y N E E D L T G
D M G A S S A U C N R L U E R
C E L I I T S C R E O A A K E
S N A W Y E E O I W T N A C A
G I C H A A Q C S E M D N S T
N O I Z P R U T I M R S N E B
I W E L M P O N B W E B K H A
R J R F D N I F L I H B U C S
P A B E E S A N E S O P W R I
S J A E N Y A C S I B A U A N
T C Y I A D O H H Y M E A L R
O T A T L M L E S E G R W R J
H S T O I K A T M A I R O P B
I C H U R C O L Y M P I C O U
O Y G T S D E O S B R Y C E T
W I N D C A V E I N R O H E M
```

52

Field Notes

Spend some time reflecting on your trip to Big Bend National Park. Your field notes will help you remember the things you experienced. Use the space below to write about your day.

While I was at Big Bend National Park...

I saw:

_____

_____

_____

_____

_____

I heard:

_____

_____

_____

I felt:

_____

_____

Draw a picture of your favorite thing in the park.

_____

I wondered:

_____

_____

_____

_____

_____

ANSWER KEY

54

Go Horseback Riding on the Blue Creek Trail

Help find the horse's lost shoe!

start here

DID YOU KNOW?

Horseback riding is a popular activity in Big Bend National Park. There are many trails that you can take horses for day or overnight trips.

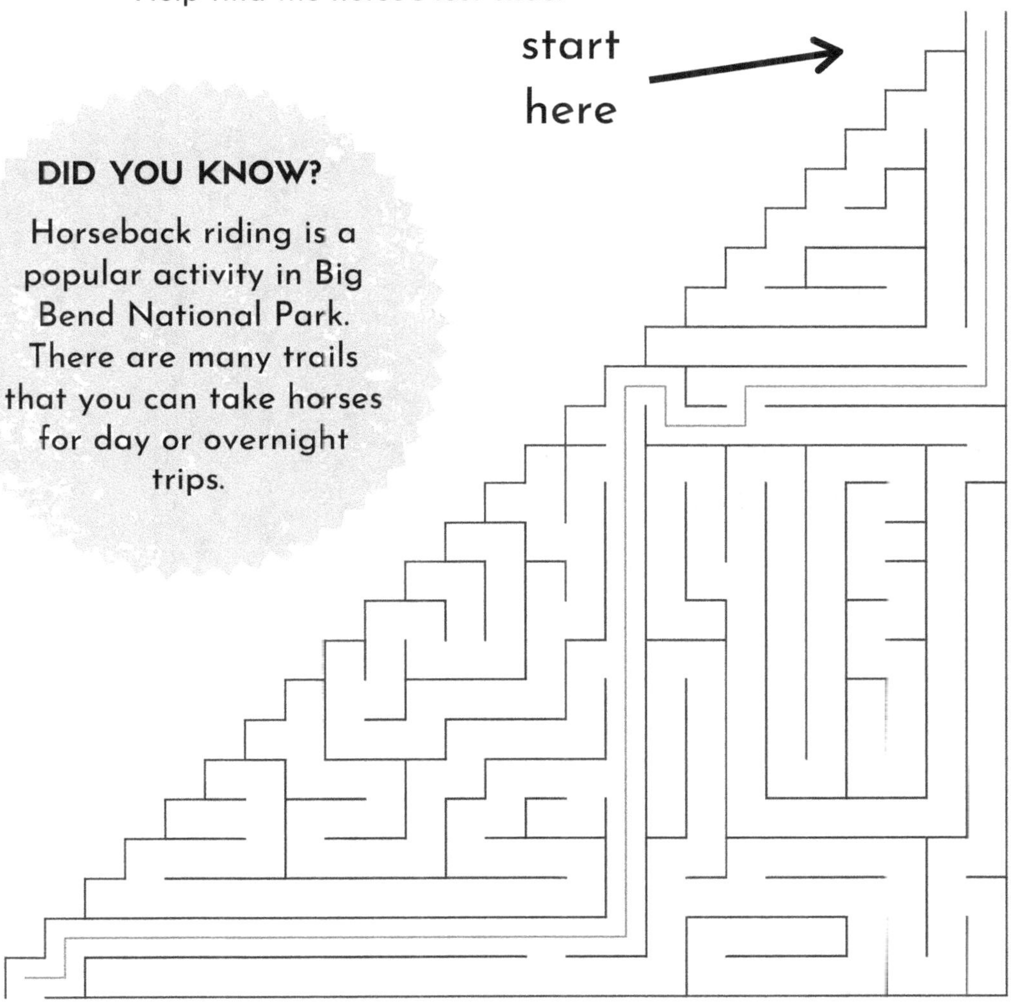

Answers: Who lives here?

Here are 7 plants and animals that live in the park.
Use the word bank to fill in the clues below.

WORD BANK: RINGTAIL, BADGER, DAMIANITA, BOBCAT, BALD
EAGLE, TORREY YUCCA, KILLDEER

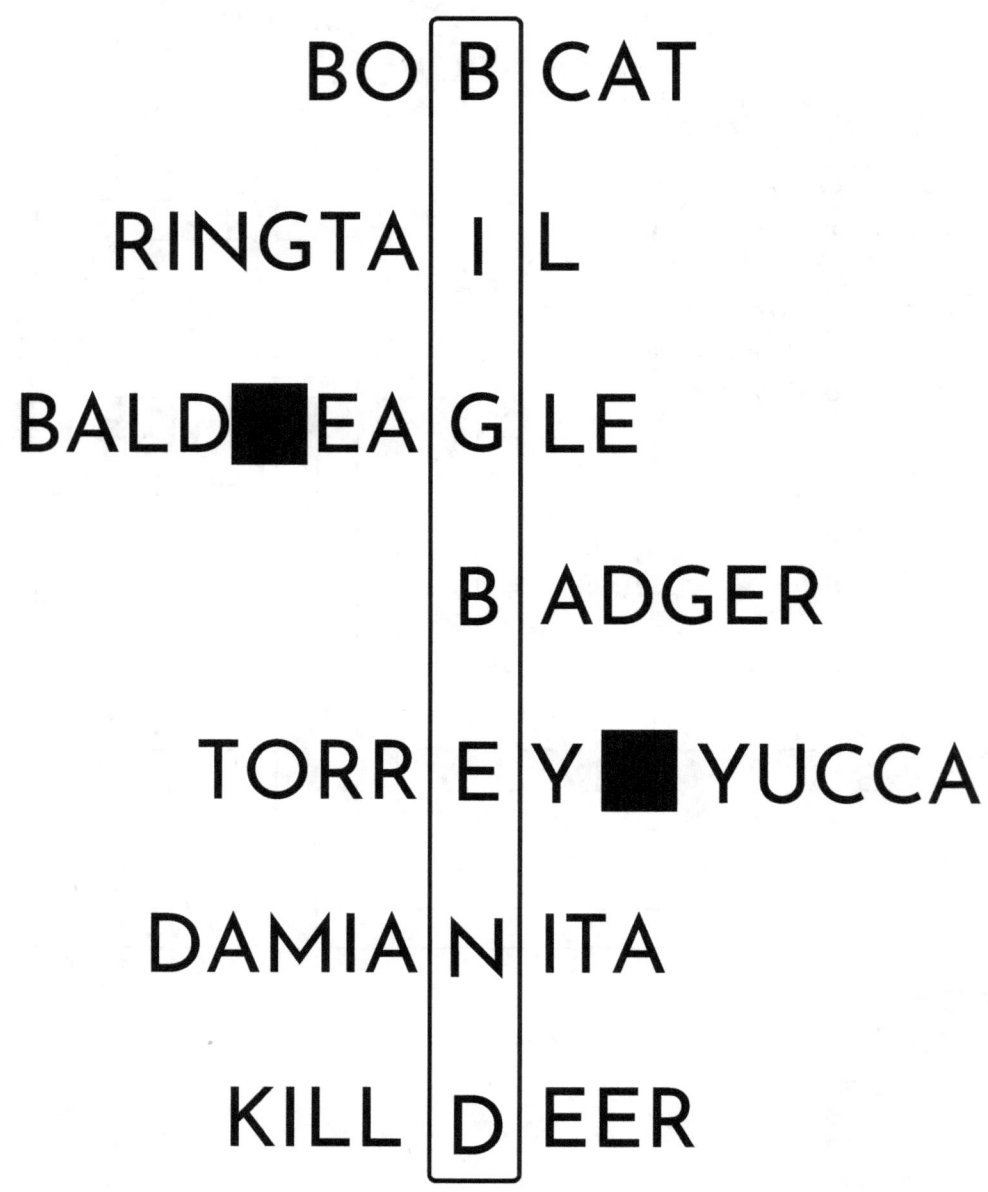

BO B CAT

RINGTA I L

BALD ■ EA G LE

B ADGER

TORR E Y ■ YUCCA

DAMIA N ITA

KILL D EER

Find the Match!
Common Names and Latin Names

Match the common name to the scientific name for each animal. The first one is done for you. Use clues on the page before and after this one to complete the matches.

Desert Bighorn Sheep   Haliaeetus leucocephalus

Honey Mesquite   Ursus americanus

Rose-fruited Juniper   Pecari tajacu

American Black Bear   Canis latrans

Great Horned Owl   Prosopis glandulosa

Bald Eagle   Crotalus viridis

Collared Peccary   Bubo virginianus

Coyote   Ovis canadensis nelsoni

Prairie Rattlesnake   Juniperus erythrocarpa

Bald Eagle

Haliaeetus leucocephalus

Jumbles Answers

1. KAYAKING

2. HIKING

3. BIRDING

4. CAMPING

5. PICNICKING

6. SIGHTSEEING

7. STAR GAZING

National Park Emblem Answers

1. This represents all plants: **Sequoia Tree**

2. This represents all animals: **Bison**

3. This represents the landscapes: **Mountains**

4. This represents the waters protected by the park service: **Water**

5. This represents the historical and archeological values: **Arrowhead**

Answers: The Ten Essentials

The ten essentials are a list of things that are important to have when you go for longer hikes. If you go on a hike to the <u>backcountry</u>, it is especially important that you have everything you need in case of an emergency. If you get lost or something unforeseen happens, it is good to be prepared to survive until help finds you.

The ten essentials list was developed in the 1930s by an outdoors group called the Mountaineers. Over time and technological advancements, this list has evolved. Can you identify all the things on the current list? Circle each of the "essentials" and cross out everything that doesn't make the cut.

fire: matches, lighter, tinder, and/or stove	a pint of milk	extra money	headlamp, plus extra batteries	extra clothes
extra water	a dog	Polaroid camera	bug net	lightweight games, such as a deck of cards
extra food	a roll of duct tape	shelter	sun protection such as sunglasses, sun-protective clothes, and sunscreen	knife, plus a gear repair kit
a mirror	navigation: map, compass, altimeter, GPS device, or satellite messenger	first aid kit	extra flip-flops	entertainment, such as video games or books

Backcountry - a remote undeveloped rural area.

Big Bend Word Search

Words may be horizontal, vertical, diagonal, and they might even be backwards!

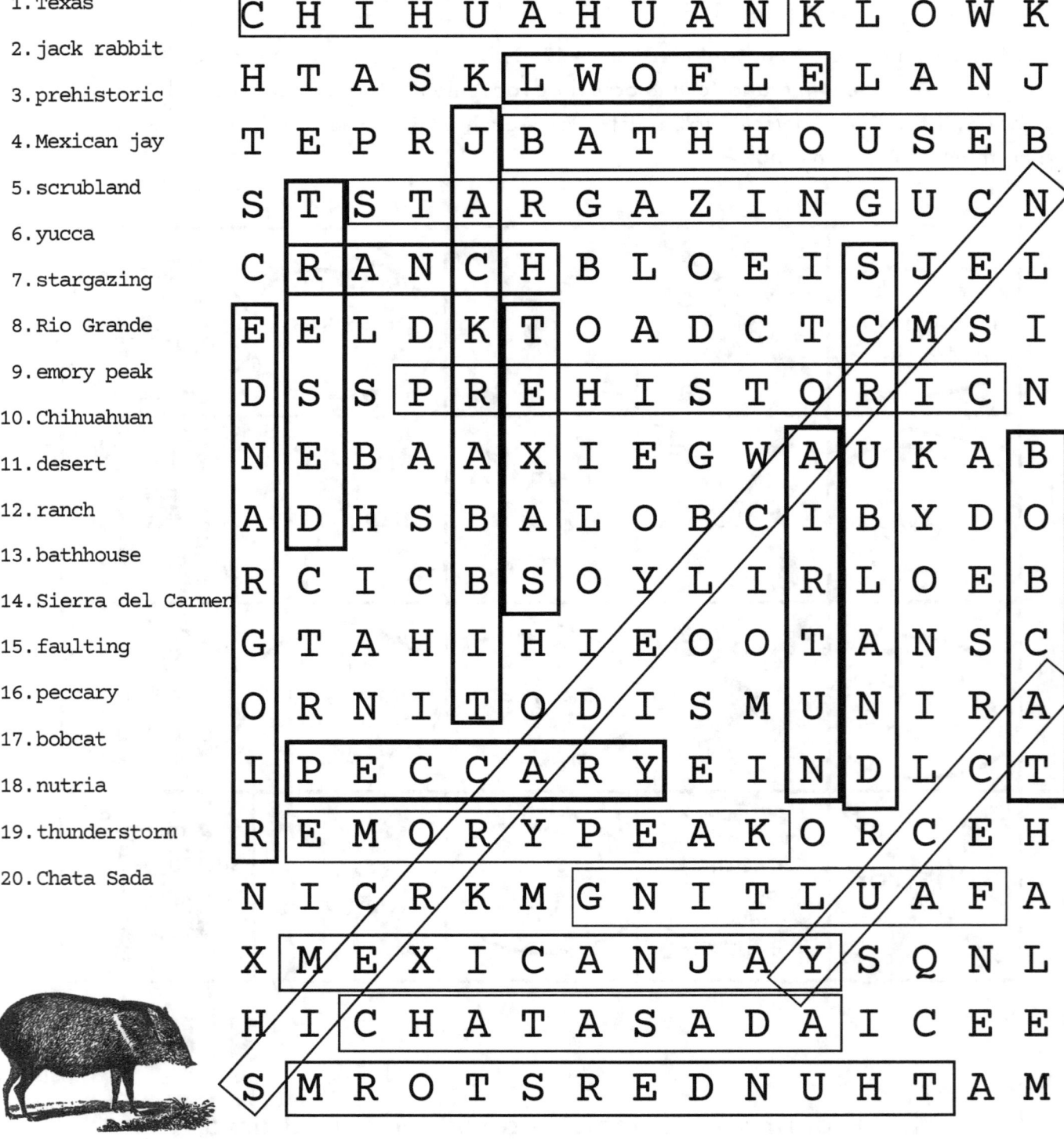

1. Texas
2. jack rabbit
3. prehistoric
4. Mexican jay
5. scrubland
6. yucca
7. stargazing
8. Rio Grande
9. emory peak
10. Chihuahuan
11. desert
12. ranch
13. bathhouse
14. Sierra del Carmen
15. faulting
16. peccary
17. bobcat
18. nutria
19. thunderstorm
20. Chata Sada

C	H	I	H	U	A	H	U	A	N	K	L	O	W	K
H	T	A	S	K	L	W	O	F	L	E	L	A	N	J
T	E	P	R	J	B	A	T	H	H	O	U	S	E	B
S	T	S	T	A	R	G	A	Z	I	N	G	U	C	N
C	R	A	N	C	H	B	L	O	E	I	S	J	E	L
E	E	L	D	K	T	O	A	D	C	T	C	M	S	I
D	S	S	P	R	E	H	I	S	T	O	R	I	C	N
N	E	B	A	A	X	I	E	G	W	A	U	K	A	B
A	D	H	S	B	A	L	O	B	C	I	B	Y	D	O
R	C	I	C	B	S	O	Y	L	I	R	L	O	E	B
G	T	A	H	I	H	I	E	O	O	T	A	N	S	C
O	R	N	I	T	O	D	I	S	M	U	N	I	R	A
I	P	E	C	C	A	R	Y	E	I	N	D	L	C	T
R	E	M	O	R	Y	P	E	A	K	O	R	C	E	H
N	I	C	R	K	M	G	N	I	T	L	U	A	F	A
X	M	E	X	I	C	A	N	J	A	Y	S	Q	N	L
H	I	C	H	A	T	A	S	A	D	A	I	C	E	E
S	M	R	O	T	S	R	E	D	N	U	H	T	A	M

Wildlife Wisdom

The national park is home to many different kinds of animals. Seeing wildlife can be an exciting part of visiting the national park but it is important to remember that these animals are wild. They need plenty of space and a healthy habitat where they can find their own food. Part of this is not allowing animals to eat any human food. This is their home and we are the visitors. We need to be respectful of the wildlife in the park.

Directions: Circle the highlighted words that best complete the following sentences.

If an animal changes its behavior because of your presence, you are:
A) too close
B) funny looking
C) dehydrated and should drink more water

The best thing we can do to help wild animals survive is:
A) make them pets
B) protect their habitat
C) knit them winter sweaters

In a national park, it is okay to share your food with wild animals:
A) never
B) always
C) sometimes

When you're hiking in an area where there are bears, you should warn bears that you are entering their space by:
A) hiking quietly
B) making noise
C) wearing bright colors

At night, park rangers care for the animals by:
A) putting them back into their cages
B) tucking them into bed
C) leaving them alone

If you see an abandoned bird's nest, it is best to:
A) pet the baby birds
B) leave it alone
C) crunch the empty eggshells

Bears look under logs in hopes of finding:
A) granola bars
B) insects
C) peanuts to eat

The place where an animal lives is called its:
A) condo
B) habitat
C) crib

61

Solution: Hike to a Canyon

DID YOU KNOW?
Big Bend is home to several canyons. Some canyon walls stretch as high as 1,500 feet.

Boquillas Crossing Word Search

Big Bend National Park shares a border with Mexico spanning over 100 miles! Visitors who wish to take advantage of the opportunity to visit Mexico can do so through the Boquillas Crossing Port of Entry.

1. international
2. border
3. crossing
4. rowboat
5. river
6. water
7. Rio Grande
8. Mexico
9. passport
10. visitor
11. entry
12. checkpoint
13. travel
14. wading
15. Coahuilla
16. port
17. country

```
L D E S R O W B O A T E O W C
H R O T I S I V S W E R W R H
T V D N V I T T A W A L K O C
S E U M E P S U P Y U T B M H
I N T E R N A T I O N A L K E
M P D X Y R R K C T R E I O C
C O S I P R C E R E N T R Y K
A R B C O U N T R Y L S V N P
L T H O G I L O E O U D E P O
L O T R O P S S A P U G R T I
I S R U A T I L N L K B N C N
S H A S K A L I S A S K R R T
T J V S R I O G R A N D E O C
E Y E E U I V E I N D R T E O
R W L H D O R A D O A O A E M
T W A D I N G E N L A K W N T
U O E E S A E N B O R D E R B
C R O S S I N G R C Y S I O N
```

63

Answers: Leave No Trace Quiz

1. How can you plan ahead and prepare to ensure you have the best experience you can in the National Park?

   A. Make sure you stop by the ranger station for a map and to ask about current conditions.

2. What is an example of traveling on a durable surface?

   A. Walking only on the designated path.

3. Why should you dispose of waste properly?

   C. So that other peoples' experiences of the park are not impacted by you leaving your waste behind.

4. How can you best follow the concept "leave what you find?"

   B. Take pictures but leave any physical items where they are.

5. What is not a good example of minimizing campfire impacts?

   C. Building a new campfire ring in a location that has a better view.

6. What is a poor example of respecting wildlife?

   A. Building squirrel houses out of rocks from the river so the squirrels have a place to live.

7. How can you show consideration of other visitors?

   B. Wear headphones on the trail if you choose to listen to music.

Staying Safe in the Sun

Take breaks to rest in the shade.

Stay hydrated by drinking lots of water.

Wear sunscreen and sun-protective clothing.

When Nature Calls...

1) recycling 2) urinate 3) ecosystem 4) flush 5) plumbing 6) pit
7) container 8) flow 9) never 10) ashes 11) hard 12) inches

Solution: Catch a Fish in the Rio Grande

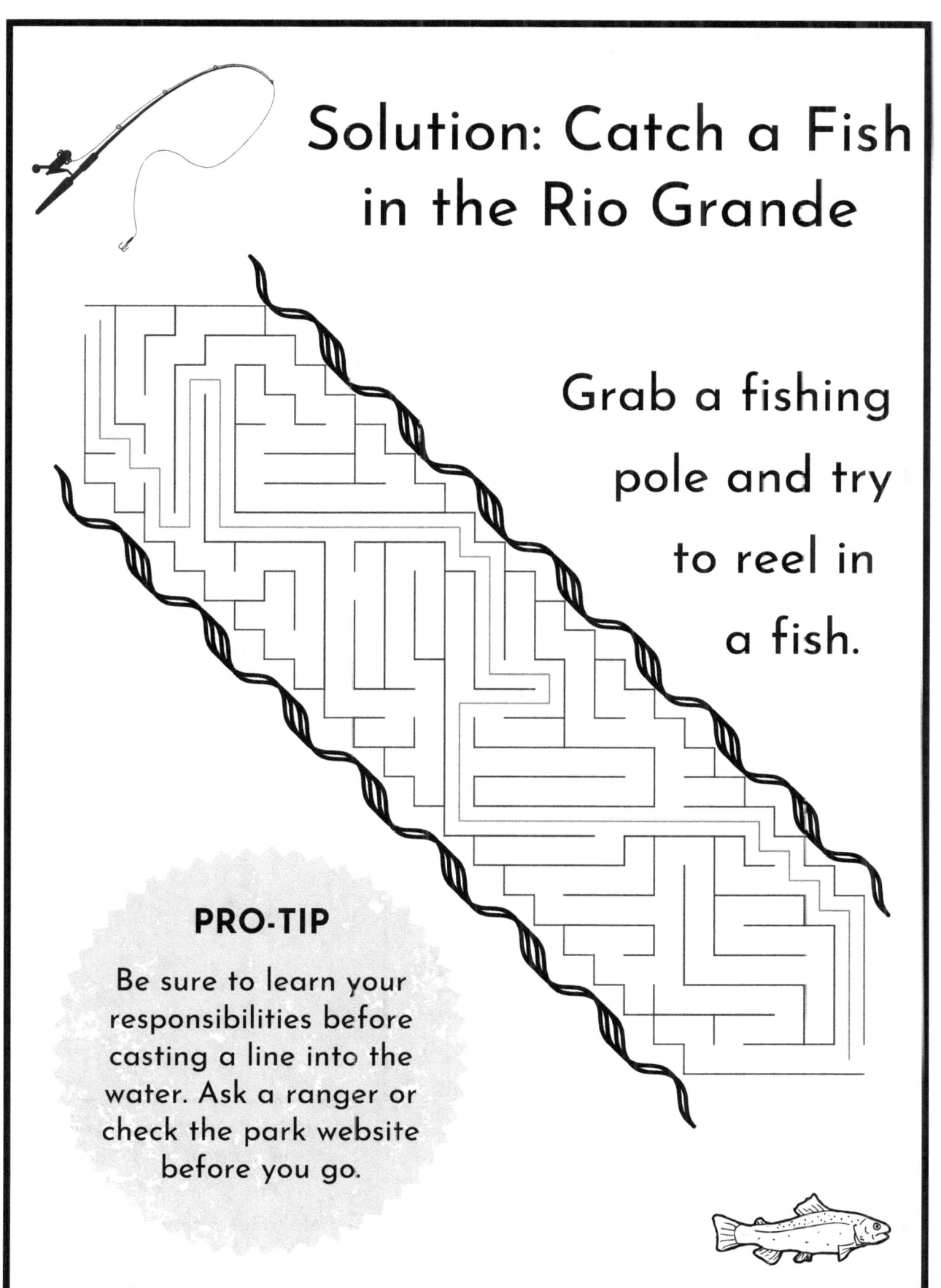

Grab a fishing pole and try to reel in a fish.

PRO-TIP

Be sure to learn your responsibilities before casting a line into the water. Ask a ranger or check the park website before you go.

Decoding Using American Sign Language

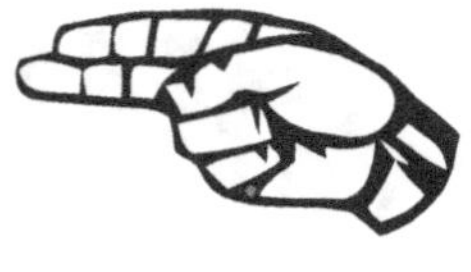

American Sign Language, also called ASL for short, is a language that many Deaf people or people who are hard of hearing use to communicate. People use ASL to communicate with their hands. Did you know people from all over the country and world travel to national parks? You may hear people speaking other languages. You might also see people using ASL. Use the American Manual Alphabet chart to decode some national parks facts.

This was the first national park to be established:

Y E L L O W S T O N E

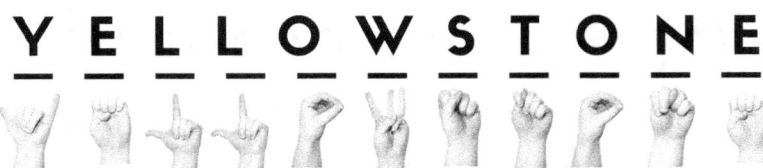

This is the biggest national park in the US:

W R A N G E L L -

S T . E L I A S

This is the most visited national park:

G R E A T   S M O K Y

M O U N T A I N S

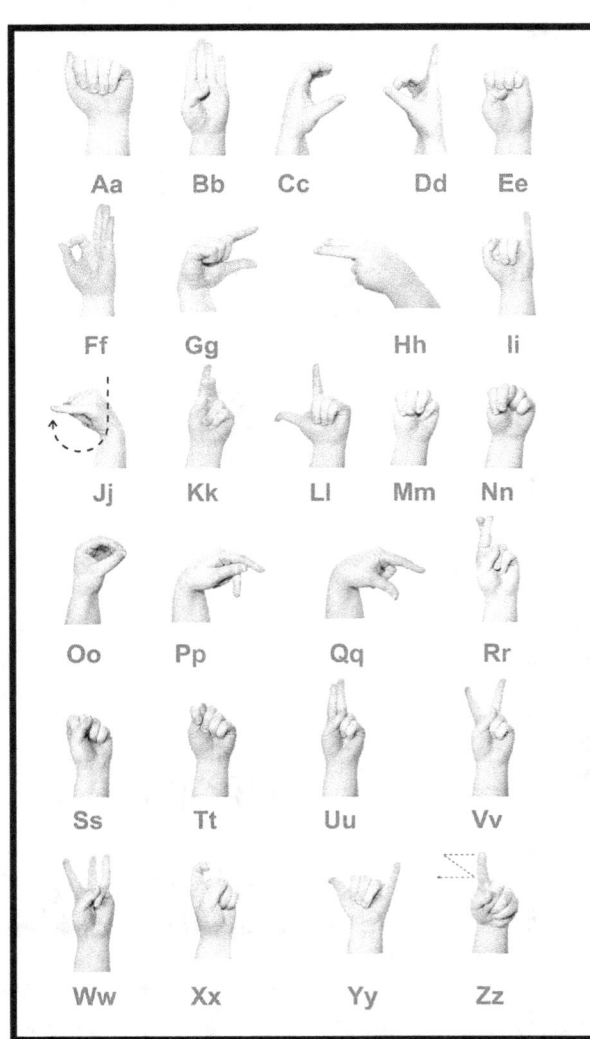

Hint: Pay close attention to the position of the thumb!

 Try it! Using the chart, try to make the letters of the alphabet with your hand. What is the hardest letter to make? Can you spell out your name? Show a friend or family member and have them watch you spell out the name of the national park you are in.

Go Birdwatching at Dugout Wells

start here

DID YOU KNOW?
Big Bend NP is home to several birds of prey, including eagles, hawks, and owls. Birds of prey are birds that hunt other animals for food.

Camping at Chisos Basin
Word Search

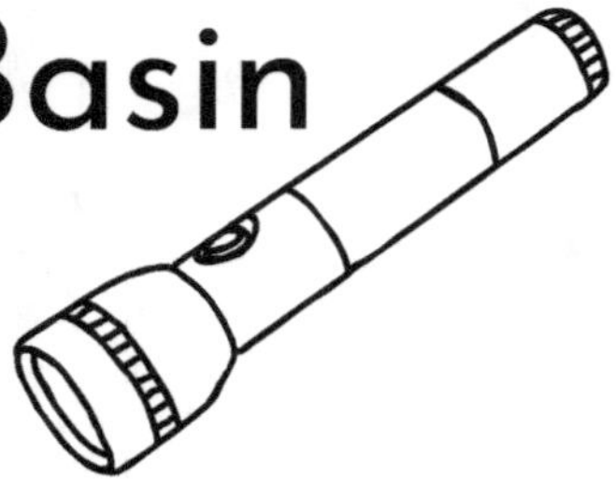

1. tent
2. camp stove
3. sleeping bag
4. bug spray
5. sunscreen
6. map
7. flashlight
8. pillow
9. lantern
10. ice
11. snacks
12. smores
13. water
14. first aid kit
15. chair
16. cards
17. books
18. games
19. trail
20. hat

```
D P P I L L O W D B T E A C I
E O A D P R E A A M B R C A N
P W C A M P S T O V E I H X G
R A H S G E L E B E E D A P S
E L B U G S P R A Y N G I E A
S I A H G C I C N N M E R C N
C W N L A F I R S K O O B F K
M T A E M I L E L H M R W L J
T A P R E A O R E S L B A A B
S M P A S R R T E N T L U S C
C E A I I R C G P E I U J H A
S S N A C K S S I M O K I L R
I J R S F O I S N J R A Q I D
C Y E T L E V E G U O R V G S
E W T A K C A B B S S O H H M
X J N F I R S T A I D K I T T
U A A E S S E N G E T P V A B
C J L I A R T D N A M A H A S
```

68

All in the Day of a Park Ranger

There are many right answers for this activity, but not all of the provided examples are good activities for a park ranger. In fact, a park ranger's job may include stopping visitors from doing some of these things.

The list below are activities that rangers do not do:

feed the migratory birds

throw rocks off the side of the mountain

pick wildflowers

share marshmallows with squirrels

catch frogs or toads and make them race

Fish at Big Bend

1. __CATFISH__
2. __TILAPIA__
3. __SUNFISH__
4. __CARP__
5. __BASS__

Answers: Other National Parks

The crossword grid (answers filled in):

- 1 Down: **MAINE**
- 2 Down: **DRYTORTUGAS**
- 3 Down: **EIGHT**
- 4 Across: **CALIFORNIA**
- 5 Down: **DEATHVALLEY**
- 6 Down: **YELLOWSTONE**
- 7 Down: **ALLIGATOR**
- 8 Down: **ROOSEVELT**
- 9 Across: **HAWAIIVOLCANOES**
- 10 Across: **CRATERLAKE**
- 11 Across: **RED**
- 12 Across: **OLYMPIC**

Down

1. State where Acadia National Park is located
2. This National Park has the Spanish word for turtle in it
3. Number of National Parks in Alaska
5. This National Park has some of the hottest temperatures in the world
6. This National Park is the only one in Idaho
7. This toothsome creature can famously be found in Everglades National Park
8. Only president with a national park named for them

Across

4. This state has the most National Parks
9. This park has some of the newest land in the US, caused by a volcanic eruption
10. This park has the deepest lake in the United States
11. This color shows up in the name of a National Park in California
12. This National Park deserves a gold medal

Answers: Which National Park Will You Go To Next?

1. Zion
2. Big Bend
3. Glacier
4. Olympic
5. Sequoia
6. Bryce
7. Mesa Verde
8. Biscayne
9. Wind Cave
10. Great Basin
11. Katmai
12. Yellowstone
13. Voyageurs
14. Arches
15. Badlands
16. Denali
17. Glacier Bay
18. Hot Springs

LITTLE BISON
Press

Little Bison Press is an independent children's book publisher based in the Pacific Northwest. We promote exploration, conservation, and adventure through our books. Established in 2021, our passion for outside spaces and travel inspired the creation of Little Bison Press.

We seek to publish books that support children in learning about and caring for the natural places in our world.

To learn more, visit:

www.littlebisonpress.com

Want more free games and activities? Visit our website!